Tâm Bất Sinh

THIỀN SƯ BANKEI

THÍCH NỮ TRÍ HẢI *dịch*

TÂM BẤT SINH

LOTUS MEDIA

TÂM BẤT SINH

Tác giả: Thiền sư Bankei

Việt dịch: Thích Nữ Trí Hải

Thanh Văn xuất bản, 1979

Hoa Đàm tái bản tại Hoa Kỳ, 2005

Lotus Media tái bản, 2020

Bìa và trình bày: Uyên Nguyên

ISBN: 978-1-71614-209-3

MỤC LỤC

PHẦN MỘT

PHẦN HAI

THƠ HOA NGỮ

THƠ NHẬT NGỮ

NGÔN VÀ HÀNH *(Tài liệu linh tinh)*

LỜI NÓI ĐẦU

Ngày nay người ta đi hàng trăm ngàn dặm để được trông thấy các thiền sư, trực tiếp gặp họ để tham vấn. Nhưng rất ít người có dịp để đặt câu hỏi: tôi phải làm sao với những nỗi giận dữ, ghen tuông, thù ghét, sợ hãi, buồn sầu, tham vọng, si mê trong tôi - tất cả những rắc rối thường xâm chiếm tâm tư con người? Tôi phải cư xử với công việc, cha mẹ, con cái, vợ hoặc chồng, tôi tớ, xếp của tôi như thế nào, tất cả những tương giao làm nên đời sống ấy? Thiền có cách nào giúp tôi không?

Nếu thiền sư Bankei còn ở đâu đó trong một góc phố lân cận cho mọi người tham khảo ý kiến, chắc chắn ngài sẽ nói những gì ngài đã từng nói, để an ủi và soi sáng hàng loạt người gồm đủ hạng: nội trợ, thương gia, nhà binh, viên chức, tu sĩ, trộm cướp... những người đến tìm sự hướng dẫn của ngài cách đây ba thế kỷ.

Bankei, con người đã giác ngộ, chia sẻ với chúng ta kinh nghiệm của ngài với tư cách một con người bằng máu thịt và nói lên những lời chân thực từ kinh nghiệm riêng ngài. Lời khuyên của ngài đi thẳng vào tim người, đấy là những lời nhắm thẳng vào con người trước mặt chứ không phải là thuyết lý trừu tượng. Qua nhiều thế kỷ, bản chất con người vẫn vậy, rất ít thay đổi mặc dù đã có nhiều nỗ lực để thay đổi nó. Mà dường như ngàn năm sau bản chất ấy vẫn không bớt chút nào những thói đam mê, ganh tị, thù hằn, dù sống trên quả đất này hay trên hành tinh nào ngoài trái đất.

Sau khi hoàn tất đạo nghiệp, xây dựng một số chùa và huấn luyện vô số tu sĩ, giáo sĩ, thiền sư Bankei đặt trọng tâm vào việc giải tỏa vấn đề cho những thường dân. Ngài muốn san sẻ những gì mình đã khám phá cho mẹ, thính giả đầu tiên, và dường như ngài đã làm được việc ấy trước khi bà từ trần. Ngài cũng muốn san sẻ cho chúng ta ngày nay nữa.

Dịch giả Peter Haskel đã tìm ra tiếng nói đích thực của Bankei. Trong công trình dịch thuật tốt đẹp này - do một dịch giả trẻ tuổi thực hiện, người đã sống với Bankei mười năm, hoàn toàn nắm được ý chỉ của ngài - chúng ta như được ném vào thế giới của Bankei. Đây không còn là một bản dịch, tác giả đã khéo sử dụng những khí cụ của học thuật đến độ không còn một dấu vết nào để lại làm hỏng cái bóng bẩy của nguyên tác.

Không ai cần phải giảng giải Bankei muốn nói gì. Những ẩn dụ và lập luận ngài dùng cách nay ba trăm năm có thể giữ lại hay bỏ đi vẫn không hại gì đến cốt tủy của lời dạy, thường là những sự thật đơn giản của lương tri. Nhưng trừ một cái duy nhất, đó là

Tâm Phật Bất Sinh. Dù gọi bằng tên này (như Bankei gọi) hay tên nào khác (như Phật tính, bản lai diện mục, chân như, vân vân), đấy là cốt tủy của Thiền cũng như của giáo lý Bankei. Lối giảng dạy của Bankei cho ta thấy rằng không cần phải làm người Nhật hay bắt chước người Nhật mới có thể hiểu được hay có được Phật tính ấy.

MARY FARKAS
Thiền viện đầu tiên ở Mỹ
New York City, tháng 4-1983

LỜI NGƯỜI DỊCH
(PETER HASKEL)

Tôi gặp Bankei lần đầu vào mùa thu năm 1972. Trước đấy hai năm, tôi đến đại học Columbia với hi vọng nghiên cứu về thiền sử tông Thiên thai (Rinzai) của Nhật bản, nhưng bài vở trong khóa học và vô vàn khó khăn trong việc nắm vững ngữ văn Nhật đã chiếm hết thì giờ của tôi. Đến nay, khi rảnh rỗi để làm công trình nghiên cứu, tôi chỉ còn mỗi một việc là chọn một để tài thích hợp. Lòng phấn khởi đầy tự tín, trang bị bằng một dọc dài những để án rất kêu, tôi đến gặp giáo sư cố vấn Yoshito Hakeda. Ông kiên nhẫn lắng nghe, gật đầu, nhưng cuối cùng, bất chấp những để án mà tôi đưa ra sau khi đã chuẩn bị hết sức công phu, bất thần ông hỏi tôi có nghĩ đến làm việc về thiền sư Bankei sống vào thế kỷ mười bảy chăng. Chắc tôi đã tỏ vẻ thất vọng, chưng hửng. Mặc dù chưa hề thực sự đọc

Bankei, tôi đã có một ấn tượng mơ hồ về thiền sư này như một hạng cuồng tăng trong thế giới thiền, một người không tin vào giới luật, gạt phăng các công án và cố tình làm cho sự giác ngộ, một công việc nghiêm trọng chết người, trở nên hoàn toàn phổ thông và giản dị. Tôi cố trình bày rằng, tôi hi vọng được làm việc về một thiền sư chính thống, một bậc thầy thuộc về truyền thống, vào thời Trung cổ chẳng hạn. Nhưng giáo sư Hakeda vẫn nói: Hãy đọc qua những bài giảng của Bankei khi nào anh có dịp. Anh sẽ thấy thú vị. Tôi vẫn hoài nghi, không làm gì thêm về Bankei, và quyết định tìm một để tài khả kính hơn, do chính tôi chọn lựa.

Năm sau, giáo sư Hakeda lại nhắc đến Bankei lần nữa, và mặc dù tôi lộ vẻ miễn cưỡng rõ rệt, ông vẫn dí vào tay tôi một tập bài thuyết giảng của Bankei mà bảo: "Cố gắng đọc đi một ít".

Vì phép lịch sự tôi nghĩ ít nhất cũng nên lướt sơ qua tập sách. Bởi thế tối hôm ấy tôi đọc bài giảng đầu tiên, và từ từ khởi sự đọc cho đến hết. Những gì tôi khám phá thực bất ngờ. Lối trình bày thiền của Bankei thực không giống bất cứ gì tôi đã tưởng. Đây là một con người bằng máu thịt đang sống, nói chuyện với một thính chúng gồm những đàn ông và phụ nữ, bằng ngôn ngữ giản dị của họ, về những vấn để mật thiết miên viễn của họ trong đời sống hàng ngày của con người. Ngài trả lời những câu hỏi của họ, lắng nghe những câu chuyện họ kể, và đưa ra những lời khuyên lạ lùng nhất. Ngài còn nói về đời tư của mình, về những lỗi lầm ngài đã mắc phải, những rắc rối ngài đã gặp, những con người ngài đã giao du. Có cái gì đó hết sức tân kỳ, độc đáo và sống động trong pháp thiền của Bankei, giáo lý của ngài về Bất sinh. Ngài dường như muốn nói: Nó đây rồi. Nó có công hiệu thực sự với tôi, và với các bạn cũng thế.

Càng đọc tôi càng mê say. Ba đêm liền, tôi hầu như thức trắng. Khi trở lại văn phòng của giáo sư Hakeda, tôi kể cho ông nghe kinh nghiệm của mình. Ông cười lớn mà bảo: "Thấy chưa, tôi đã biết Bankei là để dành cho anh mà".

Khi đến gặp thầy lần kế tiếp, tôi mang theo một phần bản dịch bài giảng đầu tiên và khởi sự đọc hết bản văn, để thầy Hakeda cho ý kiến và sửa sai. Đấy là khởi đầu cho những cuộc gặp gỡ tương tự trải dài suốt mười năm, để đưa đến kết quả là tập sách này. Tác phẩm này kỳ thực là công lao của giáo sư Hakeda. Nếu không nhờ sự giúp đỡ của thầy với đức kiên nhẫn vô biên, không nhờ trí tuệ và sự khích lệ của thầy, thì sách này đã không bao giờ xuất hiện.

Tôi cố cống hiến cho độc giả tây phương một cái nhìn vào thế giới đặc biệt của Bankei bằng cách sử dụng chính lời lẽ của ngài hoặc lời các môn sinh và hậu duệ. Bản dịch tập trung đặc biệt vào những tuyển chọn từ các tập Bài giảng và Hògo (Chỉ giáo). Mặc dù trong những tác phẩm này có nhiều trùng lặp, đấy vẫn là những ngữ lục sống động, chân thực nhất về lời dạy của Bankei. Chúng tôi cũng tuyển dịch một số thư từ, thơ của ngài, và một ít tài liệu Hoa ngữ từ nhiều tuyển tập khác nhau được biên tập sau khi ngài qua đời. Tiêu chuẩn chọn lựa của tôi hoàn toàn chủ quan, tôi chọn những mẩu bài mà tôi cho là thú vị nhất, những chuyện làm sáng tỏ vài khía cạnh của cá tính và thời đại Bankei. Cũng có khi tôi chọn một bài để dịch chỉ vì duyên dáng hấp dẫn của nó. Bởi thế, nếu có sự bỏ sót hay sai lầm nào ở trong sách này, thì đấy hoàn toàn là lỗi của tôi.

Tuyển tập giáo lý Bankei đầu tiên, Bankei zenji goroku, Tokyo, 1942 do D.T. Suzuki ấn hành trong bộ Iwanami bunko ngày nay phần lớn đã được thay bằng hai ấn bản mới, mà bản dịch này sử dụng. Đó là Bankei zenji zenchù (Daizòshuppan, Tolyo, 1970) do học giả Nhật Akao Ryùji ấn hành, và Bankei zenji hògoshù (Shunjùsha, Tokyo, 1971) do Fujimoto Tsuchishige ấn hành. Fujimoto là một người đồng hương với Bankei ở thành phố Aboshi; ông đã dành trọn đời để sưu tập và ấn loát những tài liệu liên hệ đến Bậc Thầy và giáo lý của ngài. Tất cả những người nghiên cứu ngày nay về Bankei đều mang ơn ông rất lớn.

Trước khi sách này được đưa đến nhà in không bao lâu, giáo sư Hakeda từ trần sau một cuộc chiến dũng cảm dằng dai với bệnh ung thư. ước muốn suốt cuộc đời của thầy là nỗ lực khôi phục lời dạy chân chính của đạo Phật ở Đông phương cũng như Tây phương. Toàn thể sự nghiệp của thầy là một di chúc cao thượng đề cao nỗ lực vô ngã ấy. Tất cả chúng ta những người được biết đến Thầy, sẽ luôn kính nhớ Thầy với nỗi đau buồn thương tiếc.

Peter Haskel
New York City
Tháng 9, 1983

(Bị chú: Những bức thư, gồm khoảng 4 trang trong bản Anh ngữ, đã không được chuyển Việt ngữ, vì không quan trọng.)

DẪN NHẬP

Ngay cả vào thời đại của ngài, pháp thiền của Bankei cũng được xem như một sự cố bất thường, không giống bất cứ giáo lý nào người ta đã từng biết đến. Lúc đầu, điều này làm họ hoảng sợ vì họ không biết những gì ngài giảng dạy có phải là đạo Phật hay không, khoan nói có phải thiền hay không. Thời ấy nhà nước ra hình phạt nghiêm khắc những ai có quan hệ đến bất cứ người nào giảng đạo Chúa hay bất cứ tà đạo nào khác. Tuy vậy, vào cuối đời ngài, Bankei đã trở thành một nhân vật có thể nói là nổi tiếng. Nhiều người hành hương đến từ mọi góc của nước Nhật để nghe ngài nói chuyện, thính chúng tràn ngập đến độ phải được sắp xếp thành từng đoàn riêng vào nghe giảng. Đồ chúng của ngài bao gồm hầu hết mọi tầng lớp của xã hội Nhật: giới hiệp sĩ cùng với gia quyến họ, thương gia, thủ công nghệ, nông dân, tôi tớ, và cả đến những tay cờ bạc và các băng đảng, cũng như tăng ni thuộc mọi tông phái

Phật giáo, tất cả đều tụ tập đến những ngôi chùa ngài nói chuyện. Phần đông đến để lắng nghe, học hỏi giáo lý lạ thường của Bankei, nhưng cũng có những người đến với những vấn đề đặc biệt của riêng họ để xin ngài ý kiến. Dù đó là một thầy tu gặp rắc rối về thiền định, hay một cư sĩ mắc bệnh sợ sấm sét, hay một điền chủ nóng tính, hay người có kẻ thù trong cùng gia tộc... cách giải quyết của Bankei chỉ có một. Dù vấn đề gì, đối với Bankei cũng chỉ có một lối giải quyết, đó là xử lý mọi sự trên một căn bản hoàn toàn mới mẻ: hãy buông xả, hãy phóng khoáng tự nhiên, hãy tin tưởng vào cái tâm thực sự nguyên ủy của ta. Ngài gọi đây là giáo lý về Bất sinh, hay về cái Tâm Phật Bất Sinh. Theo Bankei, ai cũng có cái tâm bất sinh này, nó không huyền bí xa xôi gì cả mà ở ngay tại đây và bây giờ, đang vận hành, đang sống, chiếu sáng một cách kỳ diệu và giải quyết êm đẹp mọi sự. Không cần gì phải kiếm cho được cái tâm Phật, vì nó vẫn luôn ở ngay đấy. Người ta chỉ có việc an trú trong tâm ấy, sử dụng nó, mở mắt ra. Việc ấy rất dễ nếu họ biết cách, và thiền sư cốt ở đấy để chỉ cho họ. Đấy là thông điệp mà Bankei mang lại cho chúng ta.

Vào năm 1622, lúc Bankei ra đời, nước Nhật vừa mới ra khỏi một thời gian dài nội chiến. Suốt phần lớn thế kỷ mười sáu, những chủ tướng tranh chấp nhau đã xâu xé xứ sở này, và chiến thắng quyết định của các lực lượng Tokugawa cùng đồng minh vào năm 1600 đã mở ra một thời hòa bình kéo dài suốt hai rưỡi thế kỷ, để lại một dấu ấn khó phai trên phần lớn đời sống người Nhật. Mặc dù họ vẫn rêu rao cai trị theo nguyên lý đạo đức Khổng giáo, kỳ thực chính quyền Tokugawa là một chế độ độc tài quân phiệt mà sự quan tâm chính yếu là làm sao duy trì sự kiểm soát chặt chẽ mọi mặt trong xã hội Nhật bản. Họ thiết lập một chế độ đẳng cấp xã hội mà trên hết là giới hiệp sĩ samurai hay giai cấp chiến sĩ, kế đến là nông dân, tiểu công nghệ và thương gia, những người thuộc thành phần đa số. Kỷ luật xã hội rất khắt khe được thi hành ở mọi cấp bực theo lối trách nhiệm tập thể. Sự chống đối là điều không thể có, hình phạt có thể thực hành nhanh chóng và tàn bạo ngay cả đối với một hiệp sĩ.

Những tông phái Phật giáo cũng được tổ chức thành cơ cấu có tính cách độc tài, mỗi tổ chức chịu trách nhiệm trực tiếp với chính phủ. Mặc dù Phật giáo bị những viên chức Khổng giáo đả kích, xem những thầy tu là giới ăn bám và hủ hóa, song chính quyền Tokugawa vẫn là những tay bảo trợ quan trọng đối với Phật giáo, và suốt thời đại này (1600-1868), chính phủ xem chùa chiền như những công cụ vô giá để bài trừ đạo Thiên chúa bị xem như một tà giáo ngoại lai. Muốn chứng tỏ mình không phải là những kẻ bí mật theo đạo Chúa, mọi gia đình Nhật bản bắt buộc phải gia nhập hội đoàn trong một ngôi chùa nào đó, giáo sĩ chùa này sẽ cấp phát đều đặn cho họ những chứng chỉ xác nhận họ có giúp đỡ chùa. Chế độ giáo khu này quả là một vận hên cho đạo Phật, vì nhờ đó các chùa chiền có được một nguồn lợi tức bảo đảm. Nhưng cái độc quyền của giáo sĩ trong giáo khu về việc cấp chứng chỉ hay rút chứng chỉ - chứng chỉ mà nhà nước đòi hỏi - đương nhiên dễ bị lạm dụng, và không phải là không có những trường hợp bị giáo sĩ bóc lột.

Cũng như mọi tông phái PG khác, thiền tông được hưởng lợi do sự bảo đảm kinh tế của chế độ giáo khu, nhưng với nhiều thiền sư, thời kỳ đầu của chế độ Tokugawa là một giai đoạn khủng hoảng, buộc phải tự xét gắt gao. Mặc dù về vật chất, nhiều chùa đã thịnh vượng nhờ những năm nội chiến, song giáo lý Thiền lại suy đổi trầm trọng. Trong những thế kỷ 15 và 16, sự học thiền đã thoái hóa thành một loại khẩu truyền bí mật nặng ảnh hưởng mật tông. Kết quả thiền chỉ còn là những công thức vô hồn, trong đó không còn gì là kinh nghiệm chứng ngộ. Tình trạng cũng tương tự như thế đối với các tông Thiên thai và Tào động, những tông phái chính của Thiền Nhật bản được thành lập vào thời Trung cổ.

Vào đầu thời đại Tokugawa, một phản ứng đã khởi sự, lối khẩu truyền bí mật dần dần bị dẹp bỏ. Tuy thế trong thời đại mới mẻ này, chưa có một thỏa thuận nào về phương cách tốt nhất để phục hưng Thiền tông. Nhiều phương pháp khác nhau được đề ra, và suốt thế kỷ mười bảy, cuộc đối thoại không mấy đặc sắc vẫn tiếp diễn trong hai tông phái. Nhiều người cho rằng nên trở lại quá khứ, phục hưng giáo lý của những nhà sáng lập lớn thời Trung cổ. Ví dụ Tào động tông tìm cách lập thuyết căn cứ những tác phẩm của tổ sư sáng lập là Dògen Kigen (1200-1253- Hoa ngữ là Đạo nguyên), người mà vào cuối thời Trung cổ có phần nào đã bị quên lãng. Về tông Thiên thai, trung tâm phục hưng là Myòshinji, ngôi chùa lớn của nó nằm ở Kyoto với những chi nhánh khắp Nhật bản. Ở đây cũng không có một khuôn mặt nào khả dĩ so sánh với tổ Dogen, nên người ta hăng hái trở lui về lối thiền công án mà những bậc thầy đầu tiên về tông phái này đã thừa hưởng của thiền Trung hoa đời Tống. Phong trào khởi từ chùa Myòshinji đưa đến tột đỉnh của nó trong việc giảng dạy giáo lý của thiền sư Hakuin Ekaku (Bạch Ẩn, 1686-1769) và môn đệ của ngài, những người đã sáng tạo hệ thống tham cứu công án mà ngày nay vẫn còn sử dụng trong các thiền viện Nhật thuộc tông Thiên thai. Sự tôn kính đối với những tổ khai sáng tông phái còn đi kèm với sự đề cao tính thuần túy của những hệ truyền thừa, sự dùng tâm ấn tâm để mật truyền tâm giác ngộ là một điểm then chốt của thiền tông. Sự trao truyền thường được xác nhận bởi ấn tín (inka) của bậc thầy, một bản thừa nhận thành văn của bậc thầy về kinh nghiệm giác ngộ của môn sinh, những tài liệu này được giữ gìn cẩn thận trong các thiền viện Nhật bản. Cả hai tông Thiên thai và Tào động đều bắt đầu trở lại quan tâm đến lối học đa văn, nhiều người tưởng nó có thể giải quyết ngõ bí hiện tại bằng cách cung cấp những mẫu mực tương tự trong quá khứ.

Tuy nhiên cũng có những người cho rằng những vấn đề mà thiền gặp phải thực là quá thâm căn, không thể nào giải quyết bằng những cuộc canh tân như vậy. Đối với những tu sĩ này, thì điều thiếu sót quan trọng trong thiền học đương thời chính là kinh nghiệm giác ngộ. Họ lý luận rằng, vì trong hai thế kỷ cuối khi thiền Nhật bản suy tàn, không còn được bậc thầy giác ngộ nào để tiếp tục truyền trao giáo lý, nên bây giờ chỉ còn nước mỗi người tự giác ngộ lấy mình, tự phê chuẩn kinh nghiệm tu chứng của mình. Những người độc lập này, như Suzuki Shòsan (1579-1655), Ungo Kiyò (1582-1659) và Daigu Sòchiku (1584-1669), đều là những người tự tôn thành bậc thầy, những cá nhân đủ mọi sắc thái mà bản thân chưa từng thờ một bậc thầy nào cả. Shòsan đến già mới học thiền, sau khi thành công trong sự nghiệp võ nghệ của giới hiệp sĩ, ông cạo tóc làm thầy tu, nhưng vẫn tiếp tục chủ trương rằng làm chiến sĩ thích hợp với thiền hơn là làm tu sĩ. Ông cho rằng chỉ có một nền Phật giáo chân chính, đó là Phật giáo thực hiện trong đời sống, giữa chiến trận hay ngoài đồng áng. Ông gạt bỏ lối hành thiền theo truyền thống, và dạy môn sinh phải kỷ luật thân tâm với tư thái hung tợn của những tượng thần hộ pháp thường đứng hai bên cổng chùa. Trái lại, Ungo và Daigu vốn là những giáo sĩ đã được thầy mình chứng nhận làm thiền sư, nhưng chưa hài lòng với những sở đắc, họ lại khởi hành đi tìm giác ngộ vào tuổi trung niên. Cả hai đều thành công toàn nhờ tự lực, sau khi đã từng trải nhiều phấn đấu gian nan. Giáo lý của Ungo nặng về đức tin, trong khi của Daigu thì rất kỳ quái, nhưng cả hai vị này cũng như Bankei, đều cảm thấy rằng ở Nhật bấy giờ không có bậc thầy nào đủ tư cách để ấn chứng cho sự giác ngộ của mình, nên họ buộc lòng phải tự ấn chứng kinh nghiệm giác ngộ.

Những tu sĩ thiền khác thì trông ngóng làn sóng mới từ những bậc thầy ở lục địa Trung quốc tràn sang. Mặc dù trở ngại ngôn ngữ - không vị thầy Trung quốc nào nói được tiếng Nhật, mọi giao thiệp đều bằng bút đàm - vẫn có những bậc thầy như Tao-che Ch'ao-yuan (mất năm 1662) và Yin-yuan Lung-chi (1592-1673) đã nhanh chóng thu hút một số lượng đông đảo tín đồ đến với chùa của họ trong vùng thương mại Trung quốc tại thành phố Nagasaki. Nhưng thiền Trung hoa đã thay đổi khá nhiều từ khi du nhập Nhật bản vào những thế kỷ 12 và 13. Vào triều nhà Minh (1368-1644), pháp thiền ở các tu viện Nagasaki chứa đựng nhiều yếu tố hỗn tạp ngoại lai mà những bậc thầy theo truyền thống hết sức phản đối, những bậc thầy như thiền sư Gudò Tòshoku (1579-1661) của tu viện Myòchinji, những người duy trì pháp thiền thuần túy của các vị tổ khai sáng. Cuối cùng chỉ có Yin-Yuan thành công thiết lập được hệ phái thiền của mình tại

Nhật bản, ở đấy nó vẫn còn là một ngành nhỏ của Thiền Nhật bản được biết dưới tên phái Obaku nổi tiếng về ảnh hưởng trong ngành hội họa và thuật viết chữ Hán, cùng cách nấu chay gọi là shòjin ryòri.

Chừng ấy cũng đủ chứng tỏ thiền Nhật bản vào thế kỷ mười bảy là một tập hợp nhiều dòng, nhiều lối khác nhau để cố phục hồi tính nguyên vẹn của nền giáo lý sau hai thế kỷ suy tàn. Trong khi giáo lý thiền của Bankei thực sự độc đáo, ngài cũng rõ ràng là con người của thời đại, mang nhiều sắc thái quan trọng như những người đồng thời với ngài. Ngay cả tính độc đáo của Bankei, sự tự tin bạo dạn của ngài, sự bài trừ thần tượng của ngài cũng tiêu biểu cho trạng huống căng thẳng trong thế giới thiền thời ấy.

Tựu trung, pháp thiền của Bankei là tự tu tự ngộ. Trọng tâm của giáo lý Bất sinh là câu chuyện về cuộc đời ngài, mà Bankei thường kể lại khi nói chuyện với thính giả, nhắc nhở họ đừng lặp lại những sai lầm của ngài và cho họ biết họ thực may mắn như thế nào vì đã được hưởng lợi từ kinh nghiệm gian khó của bản thân ngài.

Bankei sinh năm 1622 ở Hamada, một quận thuộc thành phố Aboshi, thời bấy giờ là một hải cảng của Nhật. Thân phụ ngài theo Khổng giáo, là một rònin hay hiệp sĩ tự phát không thầy, xuất thân từ đảo Shikoku. Nhờ sự giúp đỡ của lý trưởng Nakabori Sukeyasu ông ta được nhận làm con nuôi trong một gia đình ở Hamada, ở đấy ông trở thành thầy thuốc, một nghề thông thường của hiệp sĩ sau khi rửa tay gác kiếm. Bankei là con út trong ba người con trai của ông, và khi ông chết vào năm 1632, người anh cả Tadayasu làm chủ gia đình. Bankei luôn gần gũi mẹ và có hiếu với bà suốt đời, nhưng lại xung khắc với anh. Tadayasu hình như cũng theo Khổng giáo như cha, một nhà luân lý đặt nặng sự tuân phục và việc học hành nghiêm túc. Trái lại, chú bé Bankei thì có khuynh hướng khiêu chiến bất trị, một kẻ đầu têu trong mọi trò tinh quái, và giữ chức vô địch xóm làng về môn chọi đá.

Sự chạm trán xảy ra là điều không thể tránh khi vào năm 11 tuổi, Bankei được gởi đi học trường làng. Hầu như ngay buổi đầu ngài đã phản đối sự thiếu sinh khí của chương trình mẫu bấy giờ là tập trung vào việc học thuộc lòng sách Đại học, một cổ thư quan trọng của Khổng giáo. Bankei đã kể lại trong bài giảng của ngài rằng, trí tò mò của ngài đã được khơi dậy bởi lời mở đầu bản văn: "Đường lối của sự học lớn lao là cốt làm sáng cái đức sáng. (Đại học chi đạo tại minh minh đức)."

Đức sáng là một trong những khái niệm then chốt của sự học lớn lao. Nó thường được giải thích là một cảm thức luân lý theo trực giác rất năng động, vốn là bản chất nội tại của con người. Có thể đấy là lối giải thích mà Bankei nhận được khi hỏi các nhà nho trong làng. Nhưng khi ngài hỏi dồn họ đức sáng là gì, thì dường như không người nào giải đáp được, và Bankei đã một mình ôm mãi sự thắc mắc ấy. Đầy thất vọng hoài nghi, cuối cùng ngài khởi sự trốn học. Tadayasu rất tức giận vì em bỏ học, và đời sống trong gia đình càng ngày càng khó thở. Nhưng Bankei nhất định không trở lại trường làng, và vì không tìm ra lối thoát cho ngõ bí, người ta kể Bankei đã trốn vào khu nghĩa địa của ngôi chùa gia tộc mà tự tử bằng cách nuốt một búng nhện độc. Có thể ngài đã bị lừa về tính độc chết người của loài nhện ấy, vì hôm sau ngài vẫn thấy mình còn sống để đối phó với viễn ảnh đen tối trong gia đình. Mối căng thẳng giữa ngài và người anh cả càng ngày càng tăng, cuối cùng Tadayasu đã đuổi chú bé trốn học ra khỏi nhà.

Vấn đề đức sáng vẫn tiếp tục ám ảnh Bankei, và sau khi tham vấn những nhà nho không xong, cuộc tìm kiếm cuối cùng đã đưa đẩy ngài đến Phật giáo. Năm 13 tuổi, Bankei đã bắt đầu học với giáo sĩ trong ngôi chùa gia tộc, nơi mà anh giữa ngài đã xuất gia làm tăng. Năm sau, Nakabori Sukeyasu bạn cũ của thân phụ ngài đã đến cứu vãn tình thế, dựng cho Bankei một nơi nhập thất ẩn cư trên núi đằng sau ngôi nhà ông. Tại đây ngài tu tập đơn độc một thời gian, nhưng vẫn bị nỗi hoài nghi dày vò, liền lại ra đi tìm thầy học đạo. Sau một thời gian ngắn học mật tông với một giáo sĩ theo Chân ngôn tông, ngài đi đến thiền sư Umpo (1572-1653) thuộc dòng thiền Myòchinji ở chùa Zuiòji gần Akò. Bấy giờ Bankei đã 16 tuổi, và vẫn băn khoăn về bản tính nguyên ủy của con người, về những vấn đề có thể được vo thành một khối dưới để mục đức sáng. Nhưng ngài đã xác quyết chỉ có đạo Phật mới giải quyết được những thắc mắc của mình, và trong tất cả các tông phái Phật giáo mà ngài đã thử qua, thì thiền tông có vẻ đầy hứa hẹn. Do vậy, năm 1638 ngài đã làm lễ thế phát xuất gia với Umpo, làm đệ tử vị này với pháp danh là Bankei Yòtaku.

Hầu như ta không biết gì về giáo lý của Umpo. Mặc dù luôn nhớ đến lòng từ bi của thầy, Bankei dường như không xem ông đủ tư cách làm thiền sư chính hiệu. Năm 1641 Bankei rời chùa Zuiòji để đi hành cước bốn năm gọi là angya, một thời gian du hành để tham học, vốn là truyền thống trong thiền tông. Những thắc mắc cũ vẫn còn ám ảnh ngài, nên khi trở về Umpo năm 1645, Bankei rút vào ở ẩn trong một gian chòi ở làng Nonaka gần đấy, và khởi sự một chế độ hành thiền ráo riết.

Trong hai năm liền, Bankei dấn mình vào một loạt những thử thách nhử tử trong nỗ lực giải quyết dứt khoát những mối hoài nghi, khám phá chân lý về bản chất nội tại của con người. Bị dồn đến nước gần kề cái chết vì đói và kiệt sức mà vẫn không thành công, mùa xuân năm 1647 Bankei nằm trong chòi đau ốm gần chết, không còn nuốt được thức ăn do người giúp việc mang đến. Một hôm, cảm thấy trong cổ họng có vật lạ, Bankei thu hết tàn lực khạc ra một viên đờm đen bắn vào bức vách. Thình lình toàn thể sức nặng của cơn bệnh bỗng tan rã, ngài trực nhận được giải đáp cho những thắc mắc của mình - đó là, câu trả lời vẫn luôn ở nơi ngài, cái tâm bẩm sinh giải quyết xong mọi sự một cách tự nhiên không cần dụng công nỗ lực. Ông gọi người tớ đẩy ngạc nhiên mang cháo đến, và ngài đã nuốt liền mấy bát cháo còn sống, rồi nhanh chóng bình phục. Bankei cho chúng ta biết đấy là lần đầu tiên ngài trực ngộ cái Bất sinh. Nhưng không rõ ngài khởi sự dùng từ ngữ này vào lúc nào, có lẽ rất lâu về sau, khi đã nổi tiếng. Nhưng dù sao, ngài không bao giờ nhắc lại đức sáng nữa.

Vào năm 1651, có tin đồn thiền sư Trung hoa Tao-che Chao-yuan đã đến chùa Sufukuji do cộng đồng người Hoa sáng lập tại Nagasaki. Umpo bảo Bankei nên đến viếng Tao-che. Vị sư này không nói được tiếng Nhật, nhưng đã chú ý đến Bankei ngay, và cho ngài biết sự giác ngộ của ngài mặc dù chân thực, nhưng chưa thấu đáo. Bankei quyết định gia nhập hội chúng của Tao-che. Vào một buổi chiều, khi đang ngồi trong một góc tối của thiền đường Sufukuji, ngài kinh nghiệm sự chứng ngộ lần thứ hai. Khi trình sự chứng ngộ cho Tao che, Bankei hỏi: Thế nào là vấn đề sống chết? Tao-che trả lời bằng bút đàm: Sống chết của ai? Bankei dang hai tay. Tao-che lại cầm quản bút lông lên, nhưng Bankei giật phăng nó mà ném xuống đất. Ngày hôm sau, Tao-che công bố Bankei đã hoàn tất việc học thiền và cho ngài làm đầu bếp, một chức vụ chỉ dành cho những thiền sinh cấp cao trong thiền viện.

Bankei ở lại với Tao-che chừng một năm, được sự ấn chứng của vị này. Tuy thế, ngài nhận thấy những giới hạn của Tao-che, và than rằng vì không có những bậc thầy giác ngộ, ngài đành phải chọn Tao-che là người khá nhất. Năm 1652 Bankei trở về Harima, nhưng nỗ lực đầu tiên của ngài để giảng dạy lại gặp phải nghi kỵ thù ghét, nên đành ẩn dật suốt năm kế tiếp trong núi Yoshino. Tại vùng quê xa xôi hẻo lánh này, Bankei được đón tiếp nồng hậu, và có lẽ chính nơi đây ngài đã làm bài thơ được biết dưới nhan để Bài ca về Tâm bản lai, một kiểu giảng cho bình dân trong vùng. Bấy giờ sức khỏe của Umpo đang suy sụp, và khi trở về Akò mùa đông năm sau, Bankei chỉ còn kịp dự đám táng của thầy mình.

Trong lúc ấy ở Nakasaki tình hình đang rối ren. Yin-yuan Lung-chi, một thiền sư Trung hoa nổi tiếng thuộc cùng môn phái với Tao-che, đã đến Nhật năm 1654, và phe cánh theo ông ta đang cố bứng Tao-che ra khỏi chùa Sufukuji. Tao-che muốn nhượng bộ hơn là cố liều một cuộc chạm trán chỉ làm cho mọi người trong cuộc thêm lúng túng. Do đó Bankei cùng nhiều thiền sinh khác khởi công đi tìm một ngôi chùa khác cho vị thầy mình. Sứ mạng này không thành công, nhưng trong khi vận động cho thầy, Bankei gặp hai vị lãnh chúa về sau đã thành những đệ tử và người bảo trợ ngài: Matsuura Shigenobu (1622-1703) lãnh chúa vùng Hirado, và Kato Yasuoki (1618-1677), lãnh chúa vùng Iyo. Bankei trở lại chùa Sufukuji một thời gian, nhưng liên hệ với nhóm người của Yin-yuan tiếp tục xấu dẫn cho đến 1658 thì Tao-che phải về Trung quốc sau một cuộc chia tay đẫm lệ với những đệ tử Nhật bản.

Nhưng chính Bankei bây giờ cũng sắp nghiễm nhiên thành một thiền sư dạy đạo. Theo lời trối trăn của Umpo trước khi mất- lúc ấy Bankei vắng mặt- người kế vị Bokuò Sogyù (chết năm 1694) đã truyền ấn tín cho Bankei. Đây là một tục lệ thông thường trong các thiền viện Nhật. Mặc dù Bankei được lập làm người thừa kế Bokuò, đây là một kế thuận lợi để thừa nhận Bankei làm hậu duệ của Umpo, thuộc chi nhánh Shotaku-ha môn phái Myòshinji.. Năm 1659 Bankei nhận địa vị cao trong thiền viện Myòshinji khi thừa nhận quy chế mới của mình. Nhưng vẫn còn mang tính ươn gàn, ngài đã làm bất mãn những người theo truyền thống vì không chịu tuân theo quy luật của buổi lễ là phải nhận một công án để tham.

Trở về Hamada, mọi sự cũng đang thay đổi với Bankei. Đã từ lâu ngài giảng hòa với anh cả Tadayasu chết năm 1661, cũng năm ấy một người bạn từ tấm bé trong trường làng tên Sasaki Nobutsugu (1625-1686) cùng các anh em ông ta xây cho Bankei một ngôi chùa ở Hamada gọi là Ryòmonji, hay Chùa Cửa Rồng (Long môn tự). Xuất thân từ giới hiệp sĩ như gia đình Bankei, dòng họ Sasaki cũng đến lập nghiệp ở Hamada, chuyên đóng tàu đi biển với gian hàng Nadaya thời ấy nổi tiếng khắp Nhật Bản. Gia đình anh em Sasaki là những thí chủ cốt cán của Long môn tự, những người bảo trợ trung thành nhất của Bankei. Chùa này chỉ là ngôi chùa đầu tiên trong nhiều ngôi chùa quan trọng mà Bankei tiếp nhận. Khi danh tiếng Bankei lan truyền, nhiều tín đồ giới hiệp sĩ thuộc đẳng cấp thượng lưu tranh nhau thỉnh ngài. Những lãnh chúa cúng cho ngài những ngôi chùa trong lãnh địa và trong những thủ phủ Kyoto và Edo.

Những năm sau đó, Bankei thường xuyên nhập thất tại một trong những nơi mà các thí chủ cung cấp, để tu tập một mình hoặc chỉ dạy một số môn sinh chọn lọc, hoặc dưỡng bệnh, một chứng bệnh thường tái đi tái lại. Những phấn đấu khắc nghiệt đầu đời đã khiến sức khỏe ngài sa sút thậm tệ, những năm cuối ngài bị chứng đau bụng kinh niên và những trận ho dữ dội cần tịnh dưỡng để khôi phục. Cũng có thể trong thời gian nhập thất vào những thập niên 1660 và 1670, ngài đã có cơ hội để tìm một phương pháp giảng dạy, đưa đến nền giáo lý vững vàng về Bất sinh. Về vấn đề này, tài liệu còn lại quá ít ỏi không cho phép ta làm gì hơn ngoài việc ức đoán.

Dù sao, năm 1679 cũng đánh dấu một thay đổi lớn trong lối giảng dạy của Bankei, khởi sự những kỳ kiết thất ba tháng hành thiền tập thể, giảng dạy cho công chúng. Từ đấy cho đến khi mất, Bankei tiếp tục hướng dẫn những kỳ huấn luyện quan trọng mỗi năm một lần, du hành đến những tu viện do ngài coi sóc ở nhiều nơi. Đôi lúc một ngày ngài giảng đến ba thời Pháp.

Rủi thay, chúng ta không biết chi tiết về cách tu hành trong những kỳ kiết thất ấy hoặc trong những tự viện của Bankei nói chung. Ít nhất trong vài khía cạnh, sinh hoạt tại những hội chúng do Bankei hướng dẫn khác hẳn các nơi khác. Chẳng hạn, Bankei không chấp nhận hành vi đàn áp như đánh đập hoặc la rầy mà hiện nay vẫn còn áp dụng tại nhiều thiền viện. Ngài cũng không cho phép chư tăng đi xin, mặc dù khất thực là việc phổ biến ở các tu viện, và hoàn toàn hợp pháp. Tuy vậy, như phần đông thầy tu phái thiền, thiền sinh của Bankei cũng tuân giữ những thời tọa thiền tụng kinh hàng ngày, và chính Bankei như các thiền sư thời ấy, cũng nhận cho thiền sinh tham vấn riêng, cử hành tang lễ và cầu siêu cho những thí chủ, cùng tuân giữ nghiêm túc những giới luật Phật giáo trong đời sống cá nhân. Nói chung, bầu không khí tu học mới là điều làm cho chúng hội Bankei khác biệt với các thiền viện.

Vào những năm cuối đời, Bankei thường du hành đến các tự viện do ngài điều khiển và đến các nhà thí chủ. Năm 1680 ngài bị một mất mát lớn lao là mẹ chết - bà đã đi tu ẩn cư trong một tịnh thất không xa chùa Long môn. Bankei rất có hiếu với mẹ, ngài vẫn thường khẳng định rằng điều thúc đẩy ngài tìm đạo cốt yếu là để san sẻ với mẹ chân lý ngài chứng đắc.

Vào năm 1690, sự nghiệp Bankei lên tột đỉnh. Giáo lý ngài dạy về cái Bất sinh đã thu hút một số tín đồ đông đảo, và ngoài danh dự mà chùa Myòshini trang tặng, ngài còn được hoàng đế trao tước hiệu Butchi Kosai zenji, nghĩa là vị thiền sư có tuệ giác đầy lợi lạc. Vào mùa thu, Bankei được thỉnh cầu giảng cho công chúng tại chùa Hòshinji ở Marugame, thành phố lâu đài thuộc quyền lãnh chúa ở Sanuki là Kyogoku Takatoyo (1655-1694) thí chủ của Bankei. Cuối năm ấy, ngài hướng dẫn kỳ kiết thất vĩ đại ở chùa Long môn thu hút gần một ngàn bảy trăm tu sĩ đủ các giáo phái tham dự, có những người đến từ những đảo xa xôi như

Ryukyu. Thiền đường tại chùa Long môn hết chỗ, phải dựng những thiền đường tạm thời để chứa làn sóng người mới đến. Kỳ kiết thất được sự tài trợ của anh em gia đình Sasaki, nhưng số lượng tu sĩ tăng quá nhiều làm Sasaki đâm hoảng, yêu cầu Bankei đừng nhận thêm, song vô hiệu. Mặc dù vậy, kỳ kiết thất này đã thành công mỹ mãn, chỉ có một điều đáng tiếc là cái chết của Soen, đệ tử thân tín của Bankei. Trong kỳ kiết thất này, Bankei giảng tổng cọng sáu mươi bài giảng, nhiều bài được những người nghe ghi lại. Những bài này cùng với những bài giảng được ghi ở Marugame đầu năm, làm nên toàn bộ những bài giảng còn sót lại của Bankei.

Năm 1693 sức khỏe của Bankei đã khá suy, những tín đồ Long môn tự nhận thấy không còn bao lâu nữa, vội vàng đóng góp công sức để dựng cho Bankei một ngôi tháp. Tất cả nam phụ lão ấu đều tham gia công tác, những viên chức tướng sĩ thì về chiều khi xong việc công cũng đến chùa xây tháp dưới ánh trăng. Tháng sáu năm ấy sau khi viếng Edo trở về, Bankei trở bệnh nặng, nhưng ngài vẫn gắng gượng nói pháp lần cuối suốt ba ngày liền. Tình trạng sức khỏe tiếp tục kiệt quệ, vào cuối tháng chín ngài từ trần. Sau khi hỏa táng nhục thân, tro được phân chia cho hai ngôi chùa chính của ngài là Long môn tự và Nyohòji do lãnh chúa Katò xây ở Iyo. Năm 1740 ngài được vua ban thụy hiệu là Quốc sư, một vinh dự mà chỉ có sáu bậc thầy khác trong lịch sử chùa Myòshinji có được.

Cái gì làm cho giáo lý Bất sinh của ngài nổi tiếng? Trên tất cả, có lẽ vì căn bản của pháp thiền Bankei thật rõ ràng và tương đối giản dị dễ hiểu. Không cần phải là người uyên bác, sống trong tu viện, ngay cả không cần phải là Phật tử mới có thể thực hành hữu hiệu pháp thiền Bankei. Lại còn không cần phải trải một thời gian dài tuân theo một kỷ luật khắt khe để học đạo. Tự bản thân, Bankei quả đã trải qua những gian khổ ghê gớm mới ngộ được cái Bất sinh, nhưng ngài cho đó chỉ vì không tìm được một bậc thầy có thể chỉ giáo cái điều cần biết. Sự thực thì ta có thể dễ dàng đạt ngộ cái Bất sinh ngay tại nhà mình, không cần vất vả khó nhọc. Bankei nhấn mạnh rằng không cần và cũng không nên theo cái gương khổ hạnh của ngài.

Toàn bộ giáo lý của Bankei có thể rút gọn trong một lời duy nhất: Hãy an trú trong Bất sinh, điều ngài luôn nhắc lại. Từ ngữ Bất sinh rất thông dụng trong Phật giáo cổ điển, thường ám chỉ cái gì nội tại từ nguyên ủy, cái chưa từng được tạo tác. Nhưng Bankei là người đầu tiên sử dụng danh từ ấy làm cốt lõi của giáo lý. Theo ngài thì người ta không cần phải đạt được hay luyện tập cái Bất sinh, mà chỉ việc ở trong đó, một cách đơn giản. Vì Bất sinh không phải là một trạng thái cần phải tạo ra, nó đã có sẵn đấy, toàn hảo và nguyên vẹn, đó là cái tâm như như. Không có phương pháp nào đặc biệt để thực chứng cái Bất sinh ngoài ra hãy là chính bạn, hoàn toàn tự nhiên như nhiên trong mọi sự bạn làm. Đó là cứ để mặc cho những ý tưởng tha hồ khởi và diệt, cũng vậy đối với những cảm giác trên thân thể, như Bankei khuyên dạy về cách xử lý đối với tật bệnh và nghệ thuật ném lao.

Tâm, theo Bankei mô tả, là một cơ cấu năng động, nghề của nó là phản chiếu, ghi lại và hồi tưởng những ấn tượng về thế giới bên ngoài; nó như một loại gương soi sống động luôn luôn vận hành, không bao giờ ở yên từ giây phút này sang giây phút kế. Trong cái tâm như gương sáng này, những ý tưởng và cảm giác cứ đến rồi đi, sinh, diệt rồi lại tái sinh tùy hoàn cảnh, tự bản chất chúng không tốt cũng không xấu. Nhưng khác với người an trú Bất sinh, người hay phản ứng phải chịu khổ vì thói bám víu ràng buộc. Người ấy không bao giờ tự nhiên thoải mái vì họ là một tên nô lệ cho những phản ứng của mình, không nhận ra được đấy chỉ là những cái bóng thoáng qua. Kết quả là người ấy luôn luôn bị treo, vướng vào những ý tưởng hay cảm xúc đặc biệt nào đó, làm trở ngại sự tuôn chảy tự nhiên của cái tâm bình thường. Mọi sự sẽ vận hành suông sẻ, Bankei nhấn mạnh, nếu chúng ta làm ơn xê ra để cho mọi sự tự nhiên vận hành. Ngài chứng minh điều này bằng cách chỉ cho thính giả thấy rằng, ngay dù trong khi tập trung lắng tai nghe giảng, họ vẫn tự động ghi nhận được mọi sự khác ở xung quanh, như tiếng quạ kêu, chim sẻ chíp chíp, những màu sắc và mùi hương khác nhau, đủ hạng người đang ở trong phòng giảng. Không ai cố tình làm vậy, chuyện ấy chỉ xảy xa một cách tự nhiên. Bankei bảo, đó chính là cái cách mà Bất sinh vận hành.

Đối với Bankei, điều quan trọng là buông xả, phá vỡ cái khuôn ngã chấp và những thói quen xấu, những thành phần chính của si mê. Ngã chấp hay sự tập trung vào tự ngã, là căn để của cái tôi giả tạo. Chính ngã chấp khiến chúng ta phán đoán mọi sự trên một quan điểm ích kỷ hẹp hòi. Chất liệu nuôi dưỡng thái độ này là những thói quen xấu, những tì vết trong nhân cách mà, cũng như sự chấp ngã, vốn là hậu quả của hoàn cảnh. Theo Bankei, chúng ta hồi còn bé thường bắt chước những người lớn xung quanh mình, và dần dần tích tập một số thói xấu cuối cùng trở thành thâm căn cố đế tới nỗi ta lầm cho đó là bản ngã đích thực của mình. Tuy nhiên, khác với Phật tâm bất sinh, thói xấu hay sự chấp ngã đều không phải bẩm sinh, cả hai đều được hấp thụ về sau, do ảnh hưởng bên ngoài. Mỗi khi bị si mê lầm lạc là chúng ta tạm thời bỏ rơi Tâm Phật mà ta có từ khởi thủy để đổi lấy những phản ứng mới học đòi này. Khi sự tình này xảy đến thì phát sinh đối đãi nhị nguyên, từ tính nhất thể nguyên ủy, ta sinh vào những cảnh huống khác nhau như ngạ quỷ (quỷ đói), a tu la (quỷ chiến đấu), súc sinh, địa ngục, đi từ loài này đến loài khác, bị vướng vào luân hồi bất tận. Cách duy nhất để ra khỏi ngõ bí này, theo Bankei, là trở về theo con đường từ đó ta đã phát xuất, trở về cái Vô điều kiện, cái chưa từng được tạo tác, cái Bất sinh.

Cái mà ta có được từ lúc mẹ sinh, chính là cái Tâm Phật Bất sinh chứ không gì khác. Tâm Phật là bất sinh và chiếu sáng một cách kỳ diệu, và với cái bất sinh ấy thì mọi sự đều hoàn bị cả rồi. Hãy an trú trong Tâm Phật bất sinh. Đây là căn bản của thiền Bankei, cương yếu của ngài về Bất sinh. Ngài giải thích điều ấy nhiều lần bằng nhiều cách, vì theo ngài thì chân lý Bất sinh thực quá đơn giản, quá trực chỉ, ai cũng nắm được. Theo nghĩa ấy, thiền của Bankei quả là rất phổ thông. Cũng có nhiều thiền sư khác đã giảng dạy cho người thế tục, nhưng phần nhiều, thiền chính cống được xem là quá khó đối với người thường, nên giáo lý phổ thông của các thiền sư ấy, nhất là khi giảng cho phụ nữ, không bao giờ nói đến thiền. Thay vì thế, họ chỉ nói về giáo lý chung chung, để cao những việc công đức như lễ bái niệm Phật, và thảo luận về những khái niệm trong các kinh Phật. Sự nghiên cứu nội tâm thường chỉ hạn cuộc trong giới tu sĩ có hạng, và những thành phần thượng lưu trí thức, những người có thể hiểu được phần nào thứ Hoa ngữ rắc rối trong những bản văn về thiền được nhập cảng từ Trung quốc.

Bankei hoàn toàn ngược lại. Ngài cho rằng cốt tủy của thiền hoàn toàn giản dị, trực tiếp, mà bất cứ ai có tâm hồn mở rộng cũng có thể hiểu khi được chỉ cho. Bạn không cần phải là một người học rộng hay thâm nho, những thứ ấy chỉ tổ gây trở ngại. Kỳ thực, cái Bất sinh có thể được giải thích dễ dàng nhất nếu dùng ngôn ngữ giản dị hàng ngày. Tất cả cách nào khác đều hỏng. Bankei nhấn mạnh, muốn dạy thiền, người ta phải đi ngay vào cốt lõi, lột hết những gì màu mè che đậy bên ngoài - những thuật ngữ khó hiểu, những danh từ nhập cảng lạ tai.

Đấy là lý do chính khiến Bankei phản đối sử dụng công án trong thiền. Mặc dù nguồn gốc của công án còn mơ hồ, thiền công án phát triển mạnh vào triều đại nhà Tống, thời mà những thiền sư Trung quốc ưa ra cho thiền sinh những công án đặc biệt để tham cứu. Công án nguyên là những vụ án điển hình làm mẫu mực chỉ đạo trong các phiên tòa ở Trung quốc thời ấy. Công án thiền là những mẩu chuyện ngắn gọn và thường có tính cách nghịch lý, phần lớn rút từ ngữ lục của những thiền sư ngày xưa, nhất là vào thời hoàng kim của thiền đời Đường (618-906) và thời Ngũ Đại (907-960). Một vài thí dụ:

Một vị tăng hỏi Yun- men (862-949): Phật là gì? Yun- men nói: Que cứt khô. (Vô môn quan, 21)

Một vị tăng hỏi Triệu châu (778-897): Ý của tổ sư đến từ phương tây là gì? (Gì là chân lý tối hậu mà sơ tổ Bodhiharma, người sáng lập đạo thiền ở Trung quốc, mang từ phương tây -Ấn độ- đến?) Triệu châu nói: Cây bách trước sân. (VMQ, 37)

Dưới sự hướng dẫn của bậc thầy, thiền sinh sẽ đào sâu vấn đề mà công án đưa ra, tạo nên một khối nghi lớn rồi cố phá vỡ nó để đạt giác ngộ. Một vài thiền sư sưu tập những công án phổ thông kèm theo những giải đáp cho mỗi công án dưới hình thức những bài thơ, bình giải và những giải đáp thay vào. Những tác phẩm nổi tiếng nhất trong loại này là Bích nham lục vào thế kỷ 12 và Vô môn quan thế kỷ 13.

Được du nhập từ Trung quốc vào thế kỷ 12 và 13, lối tham công án trở thành hình thức chính của pháp tu thiền ở Nhật. Tuy nhiên, một phần do uy thế của nền văn hóa lục địa (Tàu), những sưu tập công án kèm thơ và lời bình nói trên vẫn được duy trì nguyên bản Hoa ngữ. Vấn đề lại càng rắc rối thêm vì ngôn ngữ dùng trong các ngữ lục ấy chứa đựng nhiều từ ngữ địa phương khó hiểu, nhiều lời, tiếng chuyên môn. Những thiền sinh Nhật bản không những bắt buộc phải nắm vững các thành ngữ này mà còn phải nhét nó đúng chỗ trong lúc vấn đáp theo lối thiền (nghĩa là thật nhanh) và trong các buổi gặp riêng bậc thầy.

Đương nhiên điều ấy tạo ra một số vấn đề khó khăn. Sự quá chú trọng đến tài liệu cổ bằng ngoại ngữ ấy là một trở ngại nghiêm trọng đối với những hành giả trình độ trí thức trung bình, nó lại dễ làm mất hết tính tự nhiên trong mối tương giao giữa thầy và môn đệ. Mặc dù những khuyết điểm ấy, công án vẫn còn rất phổ thông trong thiền Nhật bản, đặc biệt trong hai tông phái Thiên thai và Tào động. Nội cái việc xác định một tuyển tập công án có phải đúng nguyên bản hay không, cũng đã đòi hỏi trình độ chuyên môn khá cao về Hoa ngữ, do đó chỉ có giới tăng lữ độc chiếm lĩnh vực này vì họ có nhiều nhà chuyên môn về Hoa văn.

Chúng ta không rõ kinh nghiệm bản thân của Bankei về việc tham công án. Có thể trong thời gian tham học, ngài cũng đã tiếp xúc ít nhiều với Thiền công án, bằng cứ là thỉnh thoảng ngài cũng sử dụng công án với môn đệ. Nhưng qua những Bài giảng, ta thấy Bankei hoàn toàn loại bỏ công án vào những năm cuối đời. Theo ngài, toàn thể phương pháp thiền công án thật là gượng ép một cách thảm hại. Ngài thấy sự uyên bác cổ văn Trung quốc là điều hoàn toàn không cần thiết (để học thiền), lại còn là một sự vướng bận vô ích. Ngài loại bỏ công án vì cho đấy là một kỹ thuật giả tạo. Những công án nguyên ủy không phải là những mẫu mực mà là những sự thật xảy ra trong đời sống. Những thiền sư ngày trước chỉ đơn giản ứng phó với những tình huống đặc biệt mà họ gặp, tùy theo nhu cầu của những môn đệ đương thời. Bất cứ thiền sư nào cũng tùy cơ ứng biến như vậy cả. Vậy không cần gì bắt người ta học lời những thầy tu Trung hoa ngày xưa, trong khi chỉ cần bảo họ nhìn vào những công án riêng của chính họ, cái cách mà tâm Bất sinh đang vận hành ngay tại đây và bây giờ, trong những hoàn cảnh sống hiện thực. Đây là điều mà Bankei gọi là lối dạy trực tiếp, đối lại với lối tham công án mà ngài gọi với vẻ nhạo báng là tham cứu giấy lộn. Bankei bảo công án chỉ là một phương tiện, những bậc thầy nào còn dựa vào đó hay vào bất cứ kỹ thuật nào khác, thì cũng đều thực hành pháp thiền phương tiện. Tại sao cần phải dựa vào phương tiện khi ta có thể dùng ngay thứ thiệt? Bankei lập luận.

Theo nghĩa ấy, Bankei lại là một người theo truyền thống. Ngài quay về những thiền sư của thời hoàng kim - trước cả thời vinh quang của công án - với những bậc thầy như Lin-chi I-hsuan (Lâm tế Nghĩa Huyền) tổ sáng lập tông Thiên thai. Bankei nhấn mạnh rằng giáo lý ngài cũng như của Lâm tế, và nhiều điểm tương đồng giữa những Bài giảng của ngài với Lâm tế ngữ lục cho ta thấy có lẽ bậc thầy Trung hoa đã có ảnh hưởng quan trọng trong pháp thiền Bankei.

Nhưng nhìn chung, giáo lý của Bankei vẫn có gì thực độc nhất vô nhị. Một điều mỉa mai, sở dĩ giáo lý ấy không thịnh hành cũng bởi chính những đức tính độc đáo của nó, những đức tính đặc biệt đã lôi cuốn những người đến học Bankei: đó là nó quá giống với cá tính ngài, không thỏa hiệp với bất cứ phương pháp hay kỹ thuật nào. Cuối cùng, pháp thiền Hakuin (Bạch Ẩn) khôi phục và hệ thống hóa thiền công án ở Nhật, đã quét sạch những tu viện thuộc tông Thiên thai và lại còn xâm nhập Long môn tự cùng các chùa khác thuộc hệ thống Bankei. Hakuin cho rằng giáo lý Bất sinh của Bankei là phạm thánh và cực lực đả kích. Nhưng thế kỷ hai mươi lại bắt đầu chú ý đến thiền Bankei. Nhà Phật học D.T. Suzuki (1886-1975) là người tiên phong hiện đại đã để cao giáo lý Bankei, hoan nghênh giáo lý này xem như một liều giải độc cho pháp tham công án quá khô khan, và xem Bankei như một trong ba thiền sư vĩ đại của Nhật bản, ngang hàng với Dogen và Hakuin (Đạo Nguyên và Bạch Ẩn). Suzuki cùng những học giả Nhật khác khởi sự sưu tập và ấn hành những ngữ lục và giáo lý của Bankei, mà phần lớn còn nằm rải rác bị bỏ quên trong các chùa ngoại ô - và hiện nay một lần nữa Bankei lại được nhiều người biết đến.

Tính lôi cuốn của Bankei cũng dễ hiểu. Mặc dù thế giới ngài sống khác xa với thế giới hiện đại, song vẫn có cái gì rất gần gũi với chúng ta trong nhiều điều ngài dạy. Cảm nghĩ về tự do giải thoát, tính nhân hậu của ngài, cách ngài để cập những vấn để tối hậu không tách rời với đời sống hàng ngày của con người, dường như hoàn toàn ăn nhịp với tinh thần thời đại. Và khi chúng ta lật xem những trang Bài giảng, thì Bankei dường như vẫn còn đấy, sống động một cách lạ lùng, và đang chiếu sáng một cách kỳ diệu.

BÀI GIẢNG
của Thiền sư BANKEI

PHẦN MỘT

LỜI MỞ

Khi thiền sư Bankei Butchi Kosai - người sáng lập thiền tự Ryòmonji (Long môn) ở Aboshi thuộc tỉnh Banshù - mở kỳ kiết thất lớn tại Long môn vào mùa đông năm thứ ba Genroku (1690), có 1.683 tu sĩ ghi danh trong sổ danh bạ. Những người đến nghe gồm không những đồ chúng thuộc tông Thiên thai và Tào động mà cả các tông phái Ritsu, Shingon (chân ngôn), Tendai, Tịnh độ, và Nhật liên tông, cả tăng lẫn tục cùng chen nhau trong giảng đường. Người ta có cảm tưởng ngài đích thực là bậc Thiên nhân sư (Thầy của Người và Trời) của thời nay.

Khi ấy Sư bước lên pháp tòa và bảo đại chúng tăng tục: Hôm nay trong đại hội này chúng ta gồm cả một đám đông tăng tục, và có lẽ tôi đã kể cho quý vị nghe làm thế nào, lúc còn trẻ, tôi đã trực ngộ ra rằng cái tâm vốn dĩ chưa từng sinh ra. Cái phần về tâm ấy tuy thế, chỉ là điều phụ thuộc. Quý vị tu sĩ, khi quý vị an trú trong Bất sinh, quý vị sẽ thấy không có gì người khác cần nói với quý vị, cũng không có gì quý vị cần nghe. Vì Tâm Phật bất sinh đang chiếu sáng kỳ diệu, nên nó dễ dàng biến thành bất cứ gì nó gặp phải. Bởi thế, trong khi tôi bảo mọi người tại gia ở đây chớ có biến mình thành đủ loại mà họ gặp, và đổi cái tâm Phật của họ thành những ý tưởng, thì quý vị tu sĩ cũng có thể nghe luôn!

LẮNG NGHE

Sư bảo chúng: Trong tất cả quý vị tập trung tại đây hôm nay, không một ai là người chưa giác ngộ. Mỗi người ở đây đều là một vị Phật. Bởi thế hãy lắng nghe cho kỹ. Cái mà tất cả quý vị thừa hưởng của cha mẹ lúc mới lọt lòng, chỉ là cái tâm Phật bất sinh. Không có cái bẩm sinh nào khác ở nơi quý vị. Cái tâm Phật mà quý vị có từ lúc cha mẹ mới sinh ra thực sự là bất sinh và chiếu sáng một cách kỳ diệu, và hơn thế nữa, với cái Bất sinh này, mọi sự đều được thu xếp một cách hoàn toàn ổn thỏa. Bằng chứng về điều này là, trong lúc tất cả quý vị đang lắng nghe tôi nói, mà ngoài kia có tiếng quạ kêu, tiếng chim sẻ chíp chíp, tiếng gió xào xạc... mặc dù không cố tình phân biệt những âm thanh ấy, quý vị vẫn nhận ra và phân biệt được từng tiếng: tiếng chim quạ, tiếng chim sẻ, tiếng gió xao cành - quý vị nghe mà không lầm lẫn, đấy gọi là nghe với cái Bất sinh. Với cái Bất sinh, tất cả mọi sự được thu xếp hoàn toàn ổn thỏa cũng y như vậy. Đấy là bằng chứng thực sự về cái Bất sinh. Hãy nhận ra một cách dứt khoát rằng cái không sinh và đang chiếu sáng kỳ diệu ấy đích thực là Tâm Phật. An trú ngay trong Tâm Phật Bất Sinh ấy, thì từ đây cho đến mãi mãi quý vị là một đức Như Lai sống. Vì khi đã nhận ra một cách rốt ráo thì từ nay trở đi quý vị sẽ luôn an trú trong Tâm Phật, nên trường phái của tôi mệnh danh là trường phái Phật tâm.

Vậy, trong khi đang lắng nghe tôi nói, quý vị vẫn không lầm lẫn tiếng chim sẻ với tiếng quạ kêu bên ngoài, không lầm lẫn tiếng chuông với tiếng trống, tiếng đàn ông với tiếng phụ nữ, tiếng người lớn với tiếng trẻ con - quý vị nhận ra và phân biệt rõ ràng từng thứ tiếng quý vị nghe, không lẫn lộn chút nào. Đấy chính là cái diệu dụng linh động chiếu sáng của Bất sinh. Đó không là gì khác mà chính là Phật tâm bất sinh và chiếu sáng một cách kỳ diệu, là bằng cứ xác thực về bản chất chiếu sáng vi diệu của Tâm.

Chắc không người nào trong đây lại bảo rằng: Tôi nghe những gì tôi nghe vì tôi cố ý nghe. Ai nói vậy là nói láo. Vì không biết lão Bankei sắp nói cái gì, nên tất cả quý vị mới quay cả về một phía như vậy chỉ cốt muốn nghe những gì tôi nói, chứ không có ai lại cố nghe những thứ tiếng động đủ loại ở bên ngoài. Thế nên khi bỗng dưng những âm thanh ấy xuất hiện mà quý vị nhận ra được, phân biệt được, nghe ra được không chút lầm lẫn, thì chính là quý vị đang nghe bằng cái tâm Phật bất sinh ấy. Không ai ở đây có thể tuyên bố họ nghe những tiếng ấy tại vì trước đã quyết tâm để lắng nghe. Bởi thế, sự thực là quý vị đang nghe với cái Bất sinh.

Mỗi người, khi dứt khoát nhận ra được cái bất sinh và chiếu

sáng kỳ diệu ấy chính là tâm Phật, an trú trong đó, thì từ nay cho đến mãi về sau là một vị Phật sống. Cả đến khái niệm Phật cũng chỉ là một tên gọi được đặt ra về sau, bởi thế, từ nơi Bất sinh mà nhìn, thì đó cũng chỉ là chuyện phụ thuộc, không có gì quan trọng. Con người của Bất sinh ở tận nguồn gốc của tất cả các vị Phật. Cái gì bất sinh thì đó là suối nguồn của tất cả mọi sự, là khởi điểm của mọi sự. Không có gì sơ nguyên hơn là cái Bất sinh, không có gì ở trước nó. Bởi thế nên khi quý vị trú trong Bất sinh là quý vị ở nơi ngọn nguồn của tất cả Phật, và bởi thế Bất sinh là một cái gì quý báu tuyệt trần. Ở đây không có vấn đề diệt, cho nên khi trú trong bất sinh thì cũng không cần gì nói đến bất diệt. Đấy là lý do tại sao tôi chỉ nói về Bất sinh mà không đề cập bất diệt. Cái gì không được tạo tác thì cũng không bị hủy hoại, bởi thế, khi nó đã bất sinh thì đương nhiên cũng bất diệt, khỏi cần phải nói. Phải vậy không nào?

Dĩ nhiên, từ ngữ bất sinh bất diệt đã có rải rác trong kinh điển và ngữ lục từ xưa, nhưng chưa ai nói bằng chứng thực sự của cái Bất sinh. Ai cũng chỉ học từ ngữ bất sinh bất diệt rồi lặp đi lặp lại, nhưng đến việc nhận cho ra và thực sự đi thẳng vào trọng tâm vấn đề, thì không ai hiểu được Bất sinh là cái gì.

Khi tôi hăm sáu tuổi, lần đầu tiên tôi trực nhận ra rằng mọi sự được giải quyết ổn thỏa bằng Bất sinh, và từ đấy trong bốn mươi năm qua tôi đã giảng dạy mọi người với bằng chứng về cái Bất sinh: cái mà quý vị có được khi mới ra đời chính là Tâm Phật bất sinh - cái Tâm Phật thực sự chưa từng sinh ra, đang chiếu sáng kỳ diệu. Tôi là người đầu tiên giảng dạy điều này. Tôi chắc chắn các tu sĩ trong hội chúng ở đây, và tất cả mọi người khác cũng thế, chưa ai từng nghe trước đây có người nào dạy cho người ta về bằng chứng thực sự của Bất sinh - dạy rằng Tâm Phật thực sự là bất sinh và chiếu sáng một cách kỳ diệu. Tôi là kẻ đầu tiên nói điều này. Nếu có ai tuyên bố họ đã nghe người nào trước đây có dạy cho người ta với bằng cớ đích thực của Bất sinh, thì người ấy đúng là nói dối.

Khi quý vị an trú trong Bất sinh là quý vị ở nơi ngọn nguồn của mọi sự. Cái mà chư Phật trong quá khứ chứng được chính là Phật Tâm Bất Sinh, và cái mà chư Phật vị lai sẽ chứng cũng là Phật Tâm Bất Sinh. Ngày nay chúng ta đang ở thời mạt pháp, tuy vậy nếu có dù chỉ một người an trú trong Bất sinh, thì Chính pháp như vậy đã được phục hưng trong thế gian này. Có phải thế không, thưa tất cả quý vị? Chắn chắn là vậy. Khi quý vị đã nhận ra điều này một cách dứt khoát, thì ngay tại chỗ quý vị sẽ mở được con mắt để thấy suốt tâm người, và bởi thế trường phái của tôi còn gọi là tông Mắt sáng. Khi con mắt thấy suốt nhân tâm được hiển lộ, thì dù vào bất cứ thời gian nào cũng là lúc triệt ngộ được chánh pháp. Tôi muốn quý vị biết rõ điều này. Khi ấy, quý vị, dù bất cứ ai, chính là người thừa kế của tôi.

GIỚI LUẬT

Một bậc thầy thuộc Luật tông đến hỏi: Ngài có tuân giữ giới luật không?

Sư trả lời: Từ khởi thủy, tất cả những gì mà người ta gọi là giới luật đều cốt dành cho những thầy tu tồi tệ phá giới. Với người an trú trong tâm Phật bất sinh thì không cần nói đến giới. Giới được dạy là để giúp chúng sinh, không để giúp Phật! Mọi người khi cha mẹ mới sinh chỉ có duy nhất cái Tâm Phật Bất sinh, bởi thế hãy an trú trong tâm bất sinh ấy. Khi an trú trong Bất sinh, thì bạn đã là một vị Phật sống ngay bây giờ rồi, và vị Phật ấy cố nhiên không vẽ vời những chuyện như thọ giới, bởi thế không có giới điều nào cho ông ta thọ. Bày đặt những chuyện như thọ giới thì không phải là ý nghĩa của Tâm Bất sinh. Khi bạn an trú trong Bất sinh thì không cách gì bạn phạm giới nổi. Từ nơi Bất sinh, giới luật cũng thành phụ thuộc nhảm nhí, trong chỗ Bất sinh, thực sự không có gì là giới luật...

CŨNG MỘT CHUYỆN ẤY

Một vị giảng sư Phật giáo đến bảo tôi: Thay vì cứ nói đi nói lại mãi một chuyện ấy trong các thời giảng hết ngày này sang ngày khác, đáng lẽ thỉnh thoảng ngài nên kể vài mẩu chuyện thần thông biến hóa trong đạo Phật, để cho người ta xả hơi đôi chút có hơn không?

Dĩ nhiên có lẽ ông ta nói có lý. Có thể là tôi rất ngu đần, nhưng nếu làm vậy mà cung cấp được điều gì thực sự hữu ích cho người ta, thì dù có ngu đần hay không ngu đần tôi cũng có thể rán học thuộc lòng vài mẩu chuyện. Tuy nhiên, giảng dạy những thứ ấy không khác gì cho người ta ăn thuốc độc. Mà cho người ăn độc dược là điều chắc chắn tôi không thể làm!

TÔI KHÔNG GIẢNG
ĐẠO PHẬT

Sư lại nói: Tôi không giảng dạy người ta bằng cách trích dẫn những lời nói của chư Phật chư Tổ. Vì tôi có thể làm việc ngay với chính tự ngã của mỗi con người, nên không cần chất thêm lên đó những trích dẫn lời Phật, Tổ. Tôi không nói về đạo Phật, không nói về đạo thiền. Thực sự là không cần gì nói đến những thứ ấy. Vì tôi hoàn toàn có thể được việc trong lúc chỉ cần trực tiếp với những bản ngã con người ngay đây trong hiện tại, nên tôi không cần nói Phật cũng không cần nói thiền...

GẶP NHỮNG BẬC THẦY: DÒSHA VÀ INGEN

Trước năm ba mươi tuổi, tôi vẫn tiếp tục mặc áo jittoku (CT. một kiểu áo dành cho người tập sự và cư sĩ- ND) không khoác thêm tăng bào. Nhưng năm tôi được 30 tuổi, thầy tôi (thiền sư Umpo, vị thầy đầu tiên của Bankei-ND) để nghị tôi nên đến viếng vị thiền sư Trung hoa Dòsha Chògen ở Naninsan (nay thuộc tỉnh Phúc kiến- ND) vừa mới đến Nagasaki. Khi tôi quyết định đi, thầy bảo: "Lâu nay ông mặc vậy cũng được, nhưng bây giờ khi đến yết kiến một vị sư Trung hoa, ông mặc vậy không xong. Ông nên vì Pháp mà từ nay về sau hãy mặc tăng bào, vậy hãy mặc mà đi viếng Dosha". Thế là, theo lời dạy của thầy, lần đầu tiên tôi vận tăng bào mà đi viếng Dosha. Tôi trình bày ngay kiến giải của mình. Dosha nhìn tôi từ đỉnh đầu xuống đến gót chân rồi bảo: "Ông đã vượt qua sống chết!"

Trong số những thiền sư thời ấy, chỉ có Dosha có thể gọi là xác chứng được kinh nghiệm giác ngộ của tôi; mặc dù vậy, tôi vẫn chưa hoàn toàn thỏa mãn. Bây giờ khi nhìn lại, tôi vẫn không thấy Dosha khả dĩ chấp nhận được. Giá mà Dòsha vẫn còn sống đến ngày nay, thì tôi đã có thể giúp ông trở thành một con người khá hơn. Nhưng ông là một người thiếu may mắn và đã chết sớm, tôi rất lấy làm tiếc.

Khi tôi là một thành viên trong chúng hội của Dòsha, đại chúng gửi thư sang Trung quốc để cung thỉnh thiền sư Ingen. Vị này đến Nhật khi tôi còn ở với Dosha. Ông lên bờ tại cảng ở Nagasaki. Tôi cùng đi trong đoàn đón rước ông, nhưng vừa khi thấy ông bước ra khỏi tàu để lên bờ, tôi nhận ra ngay ông không phải là con người của Bất sinh, vì lý do đó mà tôi không bao giờ theo học với ông ta cả.

TÔI SẴN SÀNG LÀM CHỨNG CHO CÁC BẠN!

Tất cả quý vị ở đây hiện tại thật là vô cùng may mắn. Lúc tôi còn trẻ, không có những bậc thầy giác ngộ hoặc nếu có, tôi đã không đủ may mắn gặp được. Lại vì thuở bé tôi rất ngu đần nên đã phải chịu gian nan không thể tưởng. Ôi tôi đã phấn đấu một cách vô ích làm sao. Tôi không thể nào quên được những nỗ lực vô bổ ấy, đã để lại một ấn tượng sâu xa trong người tôi. Tôi phải học rất vất vả, học từ kinh nghiệm. Đó là lý do tôi rán xuất hiện như thế này mỗi ngày, để thúc giục quý vị, vì tôi muốn tất cả quý vị giác ngộ một cách tiện nghi thoải mái, không có một phấn đấu vô dụng nào như tôi đã làm. Tất cả quý vị phải tự thấy mình may mắn lắm. Quý vị còn tìm được ở đâu thứ cơ hội như thế này?

Tôi không định kể cho quý vị nghe chuyện này - về thời trai trẻ, chính vì ngu độn mà tôi đã phấn đấu một cách vô ích như thế nào - nhưng tôi sẽ đáng trách nếu trong quý vị có người nào cũng làm như tôi, vì tưởng không phấn đấu cam go thì không thể nào chứng ngộ chân lý. Bởi thế, mặc dù tôi không định nói, các bạn trẻ hãy lắng nghe cho kỹ. Bởi vì không cần phải trải gian nan như tôi, quý vị vẫn có thể đạt đến sự chứng ngộ hoàn toàn. Trước hết để tôi kể cho các bạn nghe về những phấn đấu của tôi, rồi các bạn sẽ thấy không cần làm như Bankei, các bạn cũng có thể đạt đến giác ngộ hoàn toàn. Tôi muốn các bạn hãy nhớ lấy điều ấy trong khi lắng nghe. Vậy hãy nghe cho kỹ, tôi sẽ bắt đầu.

Cha tôi họ Suga, vốn là một ronin hay hiệp sĩ độc lập, theo đạo Khổng, xuất thân từ Shikoku (một trong năm đảo lớn của quần đảo Nhật bản. Nay thuộc quận Tokushima. ND). Ông đến định cư tại vùng này (Aboshi - bài giảng này nói ở chùa Long môn. ND) ở đây tôi được sinh ra, nhưng ông qua đời lúc tôi hãy còn bé, để lại một mình mẹ nuôi tôi khôn lớn. Theo bà kể thì hồi thơ ấu tôi là một trẻ hư hỏng, làm đầu têu bọn trẻ phá làng phá xóm. Nhưng, mẹ tôi kể, vào lúc chỉ mới chừng hai ba tuổi, tôi đã sợ chết: mỗi khi tôi khóc mà có người nào làm bộ như chết, hoặc bảo tôi có người nào chết, thì tôi nín khóc ngay, và lại còn chấm dứt bất cứ trò nghịch phá nào nếu gặp lúc tôi đang chơi nghịch.

Dần dà tôi lớn lên. Khi tôi còn niên thiếu, đạo Khổng đang thịnh hành, mẹ tôi gởi tôi đến một ông thầy bắt tôi học thuộc lòng sách Đại học. (CT. Vào thời đại Tokugawa - thế kỷ mười bảy - ở Nhật, sách Đại học và một chương trong Lễ ký là chương trình học vỡ lòng chính thống, vì nó ngắn và dễ học nhất trong các sách nho, chỉ cốt cho trẻ tập viết và học thuộc lòng, không cần giảng nghĩa. ND). Nhưng khi đọc câu Đại học chi đạo, tại minh minh đức (Cái học lớn lao là phải làm sáng cái đức sáng) tôi không thể hiểu đức sáng là cái gì. Hết sức hoài nghi, tôi thắc mắc về nó một thời gian.

Có lần tôi đến hỏi một vài nhà nho: Đức sáng là thứ gì? Hãy nói cho tôi biết đức sáng là gì cái đã. Nhưng không ai biết để trả lời tôi.

Nhưng một hôm có người bảo tôi: Những điều khó như thế chỉ có các thiền sư mới hiểu nổi. Hãy đi mà hỏi các vị ấy. Dù chúng tôi có thể đọc vanh vách chữ nghĩa trong các cổ thư (Trung hoa) nhưng khi hỏi đến Đức sáng là cái gì, chúng tôi cũng chịu, không hiểu được.

Ồ, thì ra sự thể là như vậy, tôi than thầm, thấy mình vẫn còn ở mãi trong u tối. Vì trong vùng lân cận chẳng có vị thiền sư nào nên tôi không có dịp hỏi ai. Tuy thế, tôi liền lập chí thế nào mình cũng phải tìm cho ra ý nghĩa của Đức sáng, và sẽ nói cho mẹ già nghe trước khi bà nhắm mắt. Mặc dù chưa hiểu được điều ấy, tôi cũng đã mong mỏi trước hết sẽ nói cho mẹ nghe vì bà đã già, có thể chết bất cứ lúc nào. Với hi vọng giải quyết nghi vấn về Đức sáng, tôi đi lang thang khắp nơi một cách vô vọng, tìm kiếm khắp chỗ. Bất cứ nơi nào mà tôi nghe có buổi thuyết pháp, nói chuyện, diễn thuyết, thì dù cách xa đến mấy tôi cũng vội vàng đi đến. Khi trở về nhà, tôi thường thuật lại cho mẹ những gì có ý nghĩa mà tôi đã nghe được, nhưng thắc mắc của tôi về Đức sáng vẫn chưa tìm ra giải đáp.

Sau đó tôi quyết định đi viếng một thiền sư. Khi tôi hỏi ông về

Đức sáng, ông bảo: "Nếu cậu muốn hiểu thì hãy tọa thiền đi, rồi sẽ hiểu Đức sáng là gì". Kết quả là ngay sau đó tôi khởi sự tập tọa thiền. Tôi đi vào trong núi, không ăn gì cả trong vòng bảy hay cả đến mười ngày, tìm một đỉnh núi nhọn mà ngồi, vén áo để lưng trần dựa vào đá núi, cương quyết thiền định tới cùng dù có phải chết, không rời khỏi chỗ ấy cho đến khi cuối cùng tôi ngã vật xuống. Vì không có cách gì nhờ người mang thực phẩm đến, nên thường tôi không ăn gì cả trong nhiều ngày. Nhưng vì chỉ muốn một điều là giải đáp về Đức sáng, nên tôi chẳng quản ngại ngất xỉu vì đói, và nhất định không để cho sự đói khát cản trở mình. Mặc dù vậy, tôi vẫn không thể giải quyết thắc mắc về Đức sáng.

Sau đó tôi trở về quê hương, dựng một cái chòi để nhập thất. Có những lúc hoàn toàn tập trung vào pháp niệm Phật (CT. nembutsu, một pháp thiền định bằng cách niệm NAM MÔ A DI ĐÀ PHẬT liên tục mà các thiền sư áp dụng để định tâm. ND) tôi ngồi suốt cả ngày đêm không đặt lưng xuống chiếu.

Cứ thế tôi mò mẫm một cách vô vọng, nỗ lực mỗi ngày mà thắc mắc của tôi về Đức sáng vẫn chưa được giải quyết. Không kể gì mạng sống, tôi hành thân hoại thể đến độ da mông tôi bị rách nát, mà hậu quả là tôi chỉ có thể ngồi một cách hết sức đau đớn khó nhọc. Tuy nhiên, khi nhìn lại quãng đời ấy, tôi thấy lúc bấy giờ sức chịu đựng của tôi cũng khá, nên mặc dù đau đớn như vậy tôi vẫn không chịu nằm nghỉ lấy một ngày. Vì da thịt sau mông bị lở loét nên tôi phải lót một lớp dày giấy bổi để ngồi lên trên, và thay hết lớp này đến lớp khác. Mặc dù vậy, máu vẫn không ngừng tuôn ra, và vì quá đau đớn đôi khi tôi phải lót bông vải hay bất cứ gì ở phía dưới. Thế nhưng tôi vẫn có thể trải qua trọn một ngày đêm không đặt lưng nằm.

Vì nỗ lực quá căng vào những năm ấy, cuối cùng tôi ngã bệnh nặng. Vẫn chưa giải quyết được vấn đề Đức sáng, tôi phấn đấu với nó một thời gian, chịu đựng gian khổ ê chề. Bệnh tôi càng ngày càng nặng, cơ thể gầy mòn, mỗi khi ho đàm lại khạc ra từng cục máu tròn bằng ngón tay cái, đặc đến nỗi có khi nó bắn vào vách rồi lăn xuống. Khi ấy mọi người quan tâm đến tôi đều nói: Nhất định không xong rồi. Chú phải nghỉ ngơi để phục hồi sức khỏe. Bởi thế theo lời khuyên của họ, tôi rút về gian chòi, mướn một người tớ trai.

Nhưng bệnh tình của tôi tới hồi nguy kịch. Suốt bảy ngày liền tôi không thể nào nuốt được một chút gì ngoài chút ít nước cháo lỏng. Do đó tôi nhận ra mình sắp chết. "À ra thế, không còn gì có thể làm được nữa", tôi tự nhủ, nhưng không tiếc nuối gì ngoài ra là nghĩ mình sắp chết mà không hoàn tất được ước nguyện ấp ủ từ lâu.

Ngay khi ấy, tôi có một cảm giác lạ lùng nơi cổ họng, và khi khạc vào vách tường, tôi để ý thấy một viên tròn đông đặc màu đen như cái hột đào đang lăn xuống. Sau đó tôi cảm thấy lồng ngực nhẹ nhõm một cách lạ lùng, và đấy là cái lúc tôi chạm phải Nó. Mọi sự đều tự giải quyết hoàn toàn ổn thỏa với Bất sinh, bấy lâu nay vì không nhận ra điều này nên tôi đã nỗ lực đến kiệt sức một cách vô dụng! Cuối cùng tôi mới thấy tôi đã lầm.

Bấy giờ cảm thấy tinh thần sảng khoái, tôi gọi người tớ nấu cháo ăn. Người đầy tớ của tôi vô cùng kinh ngạc khi thấy một kẻ sắp chết lại đòi ăn như vậy, anh ta sung sướng la lên và vội vàng luống cuống đi nấu cháo. Vì hấp tấp nên anh ta đã dọn cho tôi ngay cháo còn sống, song tôi vẫn mặc kệ, ăn liền mấy bát đẩy mà vẫn không sao cả. Sau đó tôi dần bình phục và sống cho đến ngày nay (CT. Lúc ấy Bankei đã 68 tuổi. ND). Cuối cùng tôi đã thực hiện được ước mơ tôi hằng ấp ủ là san sẻ chân lý tôi đã chứng ngộ cho mẹ tôi trước khi bà qua đời. (CT. Mẹ Bankei về sau cũng xuất gia với tên Myosetsu, chết năm 1680 lúc bà 91 tuổi. ND)

Từ khi tôi ngộ ra rằng mọi sự được thu xếp xong xả hoàn toàn nhờ cái Bất sinh, không người nào trong xứ có thể phản bác tôi được. Nếu trong lúc tôi mò mẫm một cách vô vọng như thế, mà có người nào đã giác ngộ nói cho tôi biết ngay từ đầu, như tôi đang nói cho quý vị hiện nay, thì có lẽ tôi đã khỏi uổng phí bao nhiêu phấn đấu vô ích. Nhưng vì hồi đó không tìm ra được một người nào như thế, nên tôi đã phải trải một thời gian dài khó nhọc phấn đấu vượt quá sức chịu đựng. Cũng vì thế mà đến bây giờ tôi vẫn còn là một kẻ ốm yếu, không thể ra gặp gỡ quý vị nhiều như tôi muốn.

Khi đã trực ngộ được mọi sự đều được thu xếp ổn thỏa nhờ cái Bất sinh, tôi mong muốn nói lên điều ấy với một người nào. Trong khi tôi hoang mang chưa biết ai là người tôi nên đi gặp, thì thầy tôi (CT. tức Umpo- ND) bảo: "Ở Mino (CT. nay là quận Gifu- ND), có bậc thầy tên Gudò (CT. Gudò Tòshoku, 1579-1661, là một trong những bậc thầy thuộc tông Thiên thai vào đầu thời đại Tokugawa. Ông cũng thuộc hệ phái Umpo thầy của Bankei, phái này sẽ phát xuất thiền sư nổi tiếng vào thế kỷ 18 là Hakuin Ekaku, Bạch Ẩn, 1685-1769- ND). Nghe nói ông là người tốt. Có thể ông ta sẽ xác chứng cho kinh nghiệm của chú, vậy chú nên đến trình bày với ông ta."

Hi vọng gặp được Gudò để trình bày sở chứng, tôi theo lời thầy khuyên và khởi hành đi Mino để gặp vị thiền sư, nhưng khi tôi đến nơi thì ông đã đi Edo (CT. tức Tokyo ngày nay- Vào thời đại Tokugawa, đấy là thủ phủ Nhật bản thay cho Kyoto- ND). Thế là tôi không gặp được ông, và về sau cũng không có dịp nào để nói chuyện với ông cả.

Sau khi đã lặn lội từ xa đến mà không đạt mục đích, tôi quyết định thay vì bỏ về, sẽ đi viếng những thiền sư trong vùng ấy. Khi đến nơi họ, tôi tự giới thiệu: "Tôi là một tu sĩ thiền từ Banshù đến (CT. tức tỉnh Harima, nay là quận Hyogò- ND) với hi vọng duy nhất là thăm viếng và nhận được chỉ giáo của chư vị."

Khi những vị thầy đã trình bày những lời dạy của họ, tôi xin mạn phép được phát biểu. Tôi nói: "Tôi biết thực là không phải phép, nhưng xin chư vị thứ lỗi cho, khi tôi nói điều này. Tôi không phải là không biết ơn về những lời dạy của chư vị, nhưng tôi có cảm tưởng như là người ta chỉ gãi ngứa cho tôi ở ngoài giày, chưa đạt tới cái cốt tủy."

Rất thành thực, những vị thầy ấy bảo tôi: Đúng như ông nói. Mặc dù mang tiếng làm thầy, chúng tôi chỉ có học thuộc lòng những danh từ trong kinh điển và ngữ lục để dạy lại người ta. Chúng tôi phải hổ thẹn mà nói rằng vì bản thân mình chưa thực chứng nên khi nói pháp, sự giảng dạy của chúng tôi quả thật chỉ như gãi ngứa ngoài giày, không làm ông thỏa mãn. Ông rất hiểu chúng tôi vậy. Chắc ông không phải là người tầm thường!

Thế là, vì không tìm ra được người nào ấn chứng cho kinh

nghiệm giác ngộ của tôi, tôi trở về nhà đóng cửa nhập thất. Trong khi quan sát nhu cầu mọi người và tìm phương cách trình bày điều tôi đã chứng để cứu giúp họ, tôi nghe tin bậc thầy về thiền là Dòsha từ Trung quốc đã đến, đang ở Nagasaki. Theo lời chỉ giáo của thầy tôi, tôi đến yết kiến Dòsha. Khi tôi trình bày chỗ ngộ của mình, ông tuyên bố: "Chú là người đã vượt qua sinh tử." Thế là chỉ khi đến nơi Dòsha, cuối cùng tôi mới nhận được một chút xác nhận về sự chứng ngộ của mình. Vào thời ấy thực khó mà tìm ra được người nào có thể xác chứng một cách chắc chắn kinh nghiệm của tôi, nên tôi gặp khá nhiều vất vả. Bởi thế cho nên, khi nghĩ lại tôi đã khổ đến thế nào, bây giờ tôi phải đi ra mỗi ngày như vầy để gặp tất cả quý vị, mặc dù tôi đang đau ốm. Nếu trong đây có người nào đã kinh nghiệm được sự giác ngộ - bất cứ là ai - thì lý do duy nhất mà tôi ra đây là để làm chứng cho vị ấy. Quý vị quả là rất may mắn. Vì quý vị đã có một người có thể xác chứng cho kinh nghiệm giác ngộ của mình, nên nếu ai trong đây đã giác ngộ hoặc nghĩ mình đã hiểu vấn đề, thì xin hãy bước ra, và hãy nói lên nghe. Tôi sẵn sàng làm chứng! Tuy nhiên nếu chưa có ai hiểu, thì hãy lắng nghe tôi nói, và hãy chứng ngộ cho rốt ráo...

Chứng ngộ rốt ráo rằng cái Bất sinh đang chiếu sáng một cách kỳ diệu đó chính là Tâm Phật, là như thế này: Giả sử mười triệu người đồng thanh tuyên bố con quạ là con cò. Con quạ đen không cần ai nhuộm, cũng như con cò trắng không cần ai tẩy - đấy là điều chúng ta vẫn thấy biết như chuyện đương nhiên. Bởi vậy, dù cho không những mười triệu người, mà tất cả mọi người trong nước đều đồng thanh tuyên bố con quạ là cò, bạn vẫn không bị lừa bịp, mà tuyệt đối vững tin nơi mình. Đó là ý nghĩa của sự chứng ngộ rốt ráo. Hãy chứng ngộ rốt ráo rằng cái gì bất sinh chính là tâm Phật, tâm Phật thực sự là bất sinh và chiếu sáng kỳ diệu, và mọi sự được sắp đặt hoàn toàn ổn thỏa với cái Bất sinh, để cho dù có nghe bất cứ gì người ta cố nói với bạn, bạn cũng đừng để cho họ lừa bịp. Bạn sẽ không chấp nhận những si mê lầm lạc của người khác.

Lúc tôi còn trẻ và khởi sự giảng dạy giáo lý chân thực về Bất sinh, không ai có khả năng hiểu được. Khi nghe tôi nói, người ta dường như nghĩ tôi là một thứ tín đồ tà giáo hay theo Ki tô giáo (CT. Vào giữa thế kỷ mười sáu, Ki tô giáo du nhập Nhật bản do những nhà truyền giáo Tây ban nha và Bồ đào nha. Sau một thời oanh liệt ngắn, tôn giáo mới này bị chính quyền nghi kỵ và thẳng tay đàn áp suốt thời đại Tokugawa dài hơn hai thế kỷ - ND). Vì vậy họ sợ hãi không dám đến gần tôi. Nhưng dần dà họ nhận ra mình đã lầm, và thấy những gì tôi giảng dạy đúng là Chính pháp. Bây giờ, trái ngược với tình trạng lúc đầu không ai dám bén mảng đến gần, tôi lại bị khách khứa tràn ngập - những người nôn nóng muốn gặp tôi, lắng nghe giáo lý tôi giảng. Họ theo tôi liên tục tới nỗi không để tôi yên dù chỉ một ngày. Đấy, sự tình là thế.

Trong bốn mươi năm ở đây, thỉnh thoảng tôi giảng giáo lý chân thực về Bất sinh cho mọi người, nên kết quả là vùng này (chùa Long môn - ND) đã sản xuất nhiều người khá hơn những giảng sư về đạo Phật. Bởi thế, với các bạn cũng vậy, sao cho công khó của quý vị từ xa xôi đến sẽ được đền bù bằng cách khi trở về, quý vị đã hoàn toàn chứng ngộ Pháp, thực chứng cái Bất sinh một cách rốt ráo để đừng chuyển nó thành những (vọng) tưởng.

LỚN LÊN TRONG MÊ LẦM

Cái mà mọi người hấp thụ từ nơi cha mẹ chỉ là Tâm Phật bất sinh. Nhưng vì cha mẹ bạn không nhận ra điều ấy, nên bạn cũng bị mê lầm, rồi chính bạn lại trưng bày cái mê lầm này ra khi nuôi dạy con cái bạn. Cả đến vú nuôi và những người giữ trẻ cũng ưa nổi nóng, mọi người quan hệ đến việc nuôi dạy trẻ đều trưng ra mọi kiểu hành xử mê muội, như ngu si, ham muốn ích kỷ, và thói giận dữ của loài tu la (quỷ chiến đấu). Khi lớn lên, được đoanh vây bởi những người si mê như vậy, trẻ em thường phát triển một loạt thói xấu tệ nhất, trở nên rất dễ bị mê muội và biến thành những người không giác ngộ. Lúc ban sơ khi mới sinh, quý vị không có si mê. Nhưng vì những lầm lỗi của những người nuôi dạy bạn, mà một con người vốn ở trong Tâm Phật lại biến thành chúng sinh kém giác ngộ số một. Đây là điều mà tôi chắc chắn tất cả quý vị đều biết với kinh nghiệm bản thân.Khi bạn mới sinh, cha mẹ không cho bạn bất cứ mê lầm nào như thói xấu, dục vọng ích kỷ. Nhưng về sau, khi ra giữa đời bạn mới lượm lặt đủ thứ si mê dần dần trở thành những thói hư tật xấu, làm cho bạn không thể không thành ra người mê muội. Cái mà bạn không lượm nhặt từ bên ngoài, chính là Tâm Phật bất sinh, và ở đây không hiện hữu một si mê nào. Vì tâm Phật chiếu sáng một cách kỳ diệu, nên bạn có thể học hỏi đủ thứ, ngay cả những hành vi lầm lạc. Nhưng cũng vì nó chiếu sáng kỳ diệu, mà khi nghe điều này, bạn sẽ quyết định không si mê nữa, từ đây trở đi sẽ chấm dứt tạo nên mê lầm và sẽ an trú trong Tâm Phật bất sinh. Cũng hệt như khi trước bạn siêng năng tập tành thói si mê, làm cho mình trở thành mê muội thế nào, thì bây giờ bạn cũng sẽ áp dụng chính cái khả năng ấy để lắng nghe và chấm dứt si mê. Đấy là điều kỳ diệu về Tâm Phật. Hãy lắng nghe, rồi bạn sẽ thấy sự quý báu của tâm Phật. Khi đã thấy không gì bằng cái Tâm Phật quý báu này, thì dù bạn có muốn si mê trở lại cũng không thể được!

Chính vì không nhận ra sự quý báu của tâm Phật mà bạn sa vào ngã chấp tạo ra đủ thứ si mê lầm lạc làm hại mình. Tuy thế, những mê vọng ấy đối với bạn lại quý báu đến nỗi tất cả các bạn đều muốn mê, dù có phải vong mạng! Thật điên rồ, phải không? Vì không thể cưỡng lại những thúc bách thấp kém do dục vọng ích kỷ phát sinh, bạn trở thành mê si. Tất cả các mê lầm đều từ đấy mà ra cả.

Ai cũng cho rằng cái lối hành xử mà họ thích là do bẩm sinh đã vậy, nên không thể nào sửa đổi. Họ không bao giờ nói kỳ thực họ sa vào thói chấp ngã là do dục vọng ích kỷ, cứ bám lấy những thói xấu mà họ ưa thích. Trái lại, họ cố làm ra vẻ thông minh, bảo rằng cái nghiệp bẩm sinh của họ đã vậy. Cái mình không nhận từ cha mẹ mà lại gán cho cha mẹ, đó là đứa con đại bất hiếu. Có ai mới sinh ra đã nghiện rượu, cờ bạc, trộm cướp và có sẵn những thói hư tật xấu không? Không ai cả. Nhưng một khi bạn đã nhấm nháp hơi men, thì sẽ nhanh chóng phát triển thành thói nghiện rượu, rồi vì ham muốn ích kỷ, bạn không thể dừng uống, cũng không nhận ra được mình đã mê lầm. Đó chỉ là sự điên rồ mới bộc phát, bạn không có lý do nào để tuyên bố nó là bẩm sinh để đổ thừa cho cha mẹ!

Khi nghe điều này, tôi mong tất cả quý vị từ nay trở đi hãy an trú trong Tâm Phật Bất sinh, cái tâm mà bạn có từ khi cha mẹ mới sinh. Như vậy, bạn sẽ không tạo những mê lầm về bất cứ gì, và khi không còn mê lầm, thì từ đây bạn sẽ mãi mãi là những vị Phật sống. Không gì rõ ràng trực tiếp hơn thế nữa. Tất cả quý vị cần phải dứt khoát thực chứng điều này.

BA MƯƠI NGÀY
TRONG BẤT SINH

Tất cả mọi người hãy làm đúng như tôi nói, theo lời tôi chỉ dẫn quý vị hãy khởi sự trú trong Bất sinh trong ba mươi ngày. Hãy tập an trú Bất sinh trong 30 ngày, rồi từ đấy về sau, dù muốn dù không, quý vị cũng sẽ phải trú trong Bất sinh. Quý vị sẽ thành công an trú Bất sinh! Vì cái Bất sinh chính là tâm Phật, quý vị sẽ vận hành với cái tâm Phật vào mọi thời. Như vậy quý vị sẽ là những vị Phật sống ngay hiện tại, phải thế không? Vậy hãy lắng nghe tôi như thể là tất cả quý vị mới sinh trở lại ngày hôm nay, bắt đầu lại mọi sự. Khi đã có một định kiến thì bạn sẽ không thâu nhận vào những gì mình nghe. Ngay bây giờ quý vị hãy lắng nghe như thể mình mới sinh ra, thì sẽ như là mới nghe tôi nói lần đầu. Nếu quý vị trong tâm không sẵn định kiến, thì vừa nghe một lời quý vị cũng sẽ hiểu ngay, và đạt đến thực chứng hoàn toàn về Pháp.

CỨ HỎI RỒI TÔI SẼ NÓI

Một hôm Sư bảo đại chúng: Tôi chỉ ra đây mỗi ngày để gặp gỡ tất cả quý vị, tôi không có gì trong tâm đặc biệt muốn nói với quý vị. Vậy nếu ai có điều gì muốn hỏi, hãy bước ra. Hãy hỏi bất cứ về cái gì, rồi tôi sẽ nói cho quý vị. Tôi không có gì đặc biệt muốn nói.

KAPPA

Lúc tôi còn trẻ, có một kẻ cướp tên gọi là Kappa, chuyên cướp giựt tiền của người đi đường. Anh ta có biệt tài về cướp bóc. Mỗi khi trông thấy một người nào trên đường, anh ta có thể biết đúng số tiền người ấy mang theo, không bao giờ sai một tơ tóc. Đấy quả là một tên cướp ghê gớm. Tuy thế một hôm anh ta bị tóm, và ở tù dài hạn trong nhà lao ở Osaka. Nhiều năm trôi qua, và vì anh ta là một tên trộm tài danh, nên được cái lợi thay vì bị hành quyết, anh ta được làm người điềm chỉ cho cảnh sát. Một thời gian sau, anh ta lại còn được phóng thích. Khi được tự do, anh học nghề tạc tượng Phật, và lại trở thành một nhà chuyên môn tạc tượng Phật, lập nghiệp ở Osaka. Hoàn toàn đổi bỏ tâm lý tệ ác ngày trước, anh ta chuyên chú vào việc tu hành để giải thoát, và vào những ngày cuối đời anh chuyên thực hành pháp môn niệm Phật.

Vậy, ngay một tên cướp khét tiếng như Kappa một khi đã sửa đổi cũng thành người thánh thiện. Ở đây các bạn có thể tìm thấy một người nào trộm cướp bởi vì cái nghiệp của họ sâu dày và tội lỗi đã quá nặng? Trộm cướp chính là nghiệp, trộm cướp chính là tội lỗi. Nếu không có sự trộm cướp thì cái tội và cái nghiệp trộm cướp không thể có. Bạn có trộm cướp hay không là tùy thuộc vào trạng thái tâm của bạn trong hiện tại, chứ không phải vào cái nghiệp của bạn trong quá khứ. Và điều tôi đang nói đây không chỉ liên hệ đến việc trộm cướp, mà nói chung tất cả những si mê lầm lạc đều như thế cả. Bạn có si mê hay không si mê là tùy thuộc vào trạng thái hiện tại của tâm bạn. Khi si mê thì bạn là một chúng sinh, khi không si mê thì bạn là Phật. Không có con đường tắt đặc biệt nào để thành Phật ngoài con đường này. Có phải vậy không? Thế thì mọi người hãy thực chứng điều này một cách rốt ráo.

ĐỪNG ĐÁNH
THẦY TU NGỦ GỤC

Vào ngày đầu tiên của lễ rohatsu (CT. tuần lễ tọa thiền tại các thiền viện Nhật bản để kỷ niệm ngày Phật thành đạo, kéo dài từ mồng một đến khuya mồng tám tháng chạp âm lịch. ND) Sư bảo đại chúng: Tại thiền viện chúng tôi, đời sống bình thường mỗi ngày đã là thiền, không như các nơi khác phải công bố Từ hôm nay trở đi, hãy thiền định! rồi mọi người mới lăn xả vào chăm bẳm hành thiền.

Rồi Sư tiếp: Một lần, khi tôi ở trong hội chúng của Dosha (CT. tức thiền sư Trung hoa Tao-che đời Minh, mà Bankei theo học - ND) có một thiền sinh ngủ gục trong thời thiền bị một thiền sinh khác đánh, nhưng tôi bảo vị này: "Tại sao ông đánh một người đang ngủ êm? Khi ngủ, anh ta có khác gì khi thức?"

Tôi không khuyến khích người ta ngủ, nhưng đánh người ngủ thì thực là sai lầm. Bây giờ tại đây, tôi không cho phép làm như vậy. Mặc dù không khuyến khích họ ngủ, tôi cũng không đánh hay la rầy họ vì ngủ gục. Tôi không khiển trách hay ca ngợi ngủ, mà cũng không khiển trách hay ca ngợi không ngủ. Hãy để tự nhiên cho người ta ngủ hay thức. Khi một người ngủ, là ngủ với cái tâm Phật của lúc tỉnh thức; khi thức, cũng là thức với tâm Phật. Họ vẫn luôn an trú trong tâm Phật, không lúc nào an trú chỗ nào khác. Vậy thực là lầm khi tưởng rằng một người nào lúc ngủ, sẽ biến thành cái gì khác. Nếu bạn tưởng người ta chỉ ở trong tâm Phật lúc thức, còn khi ngủ sẽ biến thành cái gì khác, thì đấy không phải là chân lý tuyệt đối, mà là một sự biến hóa vô cùng.

Tất cả quý vị đều đang nỗ lực để thành Phật quả, bởi thế nếu có ai ngủ gục thì đánh hay mắng người ta quả là việc sai lầm. Điều mà tất cả quý vị có từ lúc cha mẹ sinh chỉ là tâm Phật bất sinh, không gì khác, vậy thay vì nỗ lực thành Phật, hãy luôn an trú trong tâm Phật bất sinh. Khi ấy thì dù thức hay ngủ, quý vị vẫn luôn luôn là một vị Phật sống, không lúc nào không là Phật. Đã luôn luôn là Phật, thì không có quả Phật gì đặc biệt để mà chứng đắc. Thay vì cố thành Phật, đơn giản hơn hết là đi tắt bằng cách vẫn là Phật.

BIẾT TÂM NGƯỜI KHÁC

Có người hỏi: Ai cũng nói ngài có tha tâm thông, có phải thế không?

Sư đáp: Trong trường phái của tôi, không có những chuyện phi thường. Và dù nếu có, chúng tôi cũng không sử dụng, vì tâm Phật vốn bất sinh. Khi nói với bạn, thì tôi làm việc với chính bản ngã của bạn, nên bạn tưởng là tôi có tha tâm thông. Nhưng tôi không có thần thông như thế. Tôi cũng giống như bạn mà thôi. Khi bạn trú trong Bất sinh, là bạn ở tận ngọn nguồn của tất cả thần thông diệu dụng của chư Phật, không cần tìm kiếm thần thông mà có thể xử lý mọi chuyện một cách êm thấm dễ dàng. Trong chính giáo về Bất sinh, bạn có thể dàn xếp mọi sự bằng cách làm việc với chính bản ngã bạn, không cần đưa vào những vấn đề ngoại lai.

TIẾN VÀ THỐI

Có người hỏi: Tôi đã nỗ lực hết sức để tiến đừng lùi, nhưng dù làm gì đi nữa, khuynh hướng thụt lùi vẫn mạnh hơn, và có những lúc tôi lùi thực sự. Và càng cố tiến tới, thì tôi chỉ có thấy mình lại thụt lùi. Làm sao cho tôi khỏi thụt lùi?

Sư nói: Hãy an trú trong Tâm Bất sinh! Khi an trú, bạn không cần bận tâm về tiến hay thoái. Quả vậy, khi bạn an trú Bất sinh, thì nỗ lực tiến tới là lập tức lùi khỏi vị trí Bất sinh. Người của Bất sinh không can dự gì đến tiến hay lùi, mà vượt trên cả hai.

GIẤY LỘN

Một vị tăng nói: "Từ lâu tôi tham công án "Hyakujò và con chồn hoang (CT. Một mẩu chuyện trong Vô môn quan thế kỷ 13, về một vị tăng khi được hỏi bậc giác ngộ có rơi vào luật nhân quả hay không, đã trả lời là không, và chính vì trả lời vậy mà ông ta bị đọa làm chồn trong 500 kiếp. Vị tăng này cuối cùng được tổ Bách trượng Hoài hải cứu vớt, bằng cách sửa lại câu trả lời như sau: bậc giác ngộ không mê mờ luật nhân quả. Ở Viễn đông, con chồn là con vật nổi tiếng về tài vờ vĩnh, và từ ngữ "thiền chồn hoang" là để ám chỉ những người giả vờ làm như mình đã thực chứng - ND.) Mặc dù đã nỗ lực nhiều, tôi vẫn chưa giải quyết được công án ấy. Tôi chắc là do tôi đã không tu tập đúng mức. Xin ngài chỉ giáo cho."

Sư nói: Tại đây chúng tôi không tham khảo những thứ giấy lộn ấy. Vì bạn chưa từng nhận ra cái bất sinh đang chiếu sáng kỳ diệu chính là Tâm Phật, hãy để tôi nói cho nghe, rồi mọi sự sẽ thành ra sáng sủa. Vậy, hãy lắng nghe những gì tôi nói.

Khi ấy Sư trình bày giáo lý của ngài về Bất sinh như thường lệ. Sau khi chăm chú nghe, vị tăng thâm nhập chân lý, và về sau đã trở thành một bậc thầy xuất sắc.

Khi ấy một vị tăng ngồi kế bên đã hỏi: Vậy thì những công án của các bậc thầy ngày xưa là vô dụng, không cần thiết hay sao?

Sư trả lời: Những cách trả lời của các bậc thầy ngày xưa nhắm giải nghi cho từng người hỏi khi trực tiếp vấn đáp, tự bản thân chúng không có lợi ích gì đặc biệt. Tôi không cách gì nói được là chúng cần thiết hay không cần, ích lợi hay vô ích. Người ta chỉ cần duy nhất an trú trong Bất sinh, không có cách nào khác để tránh né. Hãy an trú Bất sinh! Trong trường hợp của bạn, thì chính vì tránh né đối diện trực tiếp với vấn để nên bạn đã bị lầm. Hãy buông bỏ sự tránh né, vì cái bất sinh và chiếu sáng kỳ diệu ấy là tâm Phật không gì khác, hãy an trú trong đó.

NGÃ CHẤP

Một ngày, Sư bảo đại chúng: Tất cả si mê lầm lạc không chừa thứ nào, đều được tạo ra do hậu quả của sự tập trung vào bản ngã. Khi thoát khỏi ngã chấp thì si mê không sinh. Ví dụ, giả sử bà con lối xóm đang cãi nhau. Nếu sự việc không liên hệ gì tới bạn, bạn sẽ bình tĩnh nghe lời qua tiếng lại, không nổi giận. Chẳng những thế, bạn còn có thể sáng suốt nhận định phải quấy, biết rõ ai đúng ai sai. Nhưng nếu việc cãi nhau có liên can đến mình, bạn sẽ thấy mình vướng vào một trong hai phe tranh chấp, chấp chặt những gì phe kia làm hoặc nói. Khi ấy bạn làm mờ đi cái diệu dụng chiếu sáng của tâm Phật nơi bạn. Trước kia, bạn có thể phân biệt phải quấy, nhưng bây giờ, bị ngã chấp dẫn đạo, bạn nhất định cho cái gì mình nói đúng là đúng, bất kể nó có đúng thật hay không. Khi giận dữ, bạn chuyển cái tâm Phật của mình thành ra tâm của loài tu la (quỷ chiến đấu), và thế là mọi người hăng tiết lao vào trận cãi vã cay chua.

Vì tâm Phật chiếu sáng kỳ diệu, nên mọi sự gì bạn đã làm đều tự nhiên để lại những cái bóng phản chiếu trong tâm. Chỉ khi nào bạn bám víu vào những cái bóng ấy, bạn mới phát sinh vọng tưởng. Những ý tưởng không thực sự có sẵn nơi những ảnh tượng được phản chiếu ấy, rồi sau khởi lên. Chúng ta lưu giữ những gì đã thấy và nghe trong quá khứ, và khi chúng hiện lên, thì đó là những ảnh tượng được phản chiếu. Lúc đầu, tư tưởng không có thực chất; nếu chúng được phản chiếu và khởi lên thì cứ để mặc chúng phản chiếu và khởi lên; nếu chúng chấm dứt thì cứ để mặc chúng chấm dứt. Nếu bạn không bám víu vào những cái bóng phản chiếu ấy thì vọng tưởng không sinh. Khi bạn không bám víu vào những ảnh tượng trong tâm, thì bạn không bị mê hoặc. Khi ấy, dù có bao nhiêu ảnh tượng được phản chiếu cũng như không. Dẫu trăm ngàn ý tưởng vọt lên cũng như chúng chưa từng sinh khởi. Điều đó sẽ không thành vấn đề đối với bạn - bạn không có ý tưởng nào cần phải dẹp bỏ hay cắt đứt. Hãy hiểu rõ điều này.

QUÁN THẾ ÂM

Tượng Phật chính được thờ ở Long môn tự là một pho tượng Quan âm do chính Sư tạc nên. Khi Sư đang giảng Pháp, có một vị tăng từ Òshu đến đã biết mà đứng dựa cột hỏi:

- Tượng này là Phật cũ hay Phật mới?

- Sư trả lời: Ông thấy pho tượng thế nào?

- Tôi thấy như là một vị Phật mới.

- Sư bảo: Nếu ông xem như Phật mới, thì đó là Phật mới, chỉ có vậy. Thế thì có vấn đề gì? Bởi vì ông chưa hiểu thấu cái Bất sinh là Tâm Phật, nên mới đến đây hỏi câu vô dụng như vậy, mà tưởng là thiền ngữ. Thay vì đặt câu hỏi vớ vẩn quấy rầy mọi người, ông hãy im đi, ngồi vào chỗ, và lắng nghe kỹ những gì tôi nói.

TRÁNH NÉ VẤN ĐỀ

Một cư sĩ từ Izumo đến thỉnh vấn: Đối với một người đã giác ngộ như ngài, có phải là Ba cõi thuộc quá khứ, hiện tại, vị lai hiện rõ như trong lòng tay?

Sư trả lời: Có phải là bạn hỏi tôi, khi một người đã giác ngộ như tôi, thì Ba cõi hiện ra như được nhìn thấy trong lòng bàn tay, đúng không?

Cư sĩ đáp: Vâng, đúng thế.

Sư bảo: Câu hỏi ấy bạn đã suy nghĩ, hay mới đột nhiên nảy sinh để hỏi?

- Không hẳn là tôi mới hình thành câu hỏi đó ngay tức thì, mà tôi nghiền ngẫm nó đã lâu rồi mới đây nghĩ lại, tôi đem ra hỏi ngài.

Sư bảo ông ta: Trong trường hợp đó, anh bạn không cần phải

bận tâm hỏi chuyện của tôi. Còn việc bạn muốn thấy Ba cõi thì có thể đợi đó. Trước hết, hãy xem xét tường tận cái ngã của chính bạn - điều thực sự quan yếu ngay bây giờ và ở đây. Khi mà bạn chưa thấu rõ tự ngã của mình, thì dù tôi có bảo cho bạn biết vạn pháp đối với tôi ra sao, bạn cũng sẽ không nhận ra, không thấy được và do đó bạn sẽ không tin. Dù có tin, bạn cũng không thể xác chứng những lời tôi nói. Vì bản thân bạn chưa thấy được Ba cõi, tôi nói cũng không ích gì cho bạn. Khi đã hoàn toàn cứu xét tự ngã của mình, bạn sẽ tự biết cả cái thấy được lẫn cái không thấy được (hữu hình vô hình). Tôi không cần phải nói với bạn, bạn cũng không cần phải hỏi tôi. Làm như vậy chỉ là đánh trống lấp, tránh né vấn đề. Việc ấy hoàn toàn không dính gì đến bạn, chẳng khác nào đếm tiền cho người ta mà bản thân mình không có lấy nửa xu teng. Trước hết hãy lắng nghe kỹ lời tôi nói, và khi đã thực sự nhận thức được nó, thì hôm nay mọi sự đối với bạn sẽ được xong xả một lần dứt khoát. Vậy hãy chú ý lắng nghe, và theo lời tôi chỉ giáo. Khi bạn đã nhận ra được và thực chứng một cách rốt ráo lời tôi nói, bạn sẽ thành một vị Phật sống ngay tại đây và bây giờ. Còn về câu hỏi có thể thấy Ba cõi hay không, bạn không cần phải bôn ba khắp nơi đi hỏi người này người khác. Hãy đơn giản nhận ra lỗi lầm của bạn, rồi bạn sẽ chấm dứt làm chuyện lạc để ấy, và lắng nghe tôi.

Khi ấy Sư trình bày giáo lý về Bất sinh như thường lệ. Khi người cư sĩ nghe xong, liền sẵn sàng xác nhận lời Sư dạy, và tuyên bố: "Thực cảm ơn Sư xiết bao" rồi lui ra.

TỰ LỰC THA LỰC

Giáo lý của tôi không dính gì đến tự lực hay tha lực. Cái gì vượt ngoài tự lực và tha lực, ấy là điều tôi giảng dạy. Tôi xin chứng minh việc này cho quý vị: Trong khi mọi người quay cả về phía này mà nghe tôi nói, ngoài kia có chim sẻ chíp chíp, chim quạ quác quác, tiếng đàn ông đàn bà, tiếng gió thổi...Dù không cố tình nghe những tiếng ấy, mà khi mỗi tiếng đến tai, quý vị đều nhận ra và phân biệt rõ ràng. Cái việc nghe ấy không phải là do bạn làm, nên không phải chuyện tự lực. Mặt khác, vì không phải ai khác nghe giùm cho bạn, nên cũng không thể nói là tha lực được. Thế thì, cái gì vượt ngoài tự lực và tha lực, không dính dấp đến cả hai chuyện ấy, giáo lý của tôi nói về cái đó. Có phải thế không nào? Khi quý vị nghe với cái Bất sinh như vậy, quý vị vượt ra ngoài bất cứ gì. Và tất cả hoạt động khác của quý vị cũng đều hoàn tất nhờ cái Bất sinh như thế. Với bất cứ người nào để cho Bất sinh vận hành như vậy, thì mọi sự đều tự giải quyết một cách toàn hảo. Bởi thế, con người của Bất sinh không can dự đến tự lực hay tha lực, mà vượt trên cả hai.

MỘNG MỊ

Một vị tăng hỏi: Khi ngủ say tôi thường chiêm bao. Tại sao chúng ta nằm mộng? Tôi muốn biết tôn ý của ngài về vấn đề này.

Sư nói: Khi một người ngủ say thì không mộng mị. Khi bạn nằm mộng, là bạn không ngủ say.

Vị tăng không nói gì được.

AI CŨNG CÓ TÂM PHẬT

Sư bảo đại chúng: Điều duy nhất tôi nói với tất cả mọi người, đó là Tâm Phật Bất sinh đang chiếu sáng kỳ diệu. Tất cả quý vị bẩm sinh đều có tâm ấy mà không tự biết, nên tôi chỉ cho quý vị, và cố làm cho quý vị hiểu ra.

Ai cũng có tâm Phật, điều đó nghĩa gì? Tất cả quý vị từ xa đến đây với ý định rõ rệt là để nghe những gì tôi nói, nên quý vị đương nhiên phải lắng tai nghe giảng. Thế nhưng trong khi nghe giảng, mà có tiếng chó sủa bên ngoài, quý vị cũng nhận ra được đấy là chó sủa, quạ kêu nhận ra là quạ kêu, tiếng người lớn nhận ra là tiếng người lớn, tiếng trẻ con nhận ra là tiếng trẻ con. Khi từ nhà đến đây nghe pháp, quý vị không định trước rằng: "Nếu trong khi nghe giảng, bên ngoài có chó sủa chim kêu, có tiếng người lớn tiếng trẻ con, thì mình phải cố lắng tai nghe." Thế mà lúc tụ họp tại đây, quý vị vẫn nhận ra được tiếng ồn của chó, quạ bên ngoài, tiếng nói của người lớn và trẻ con; mắt quý vị vẫn có thể phân biệt màu sắc, mũi vẫn phân biệt được các mùi thơm thối. Quý vị không tính trước sẽ gặp những tiếng gì, màu gì, mùi gì. Sự kiện quý vị nhận ra được những gì mình không chờ đợi để thấy nghe, chứng tỏ quý vị đang thấy nghe với tâm Phật Bất sinh...

Tôi xin nói cho mọi người nghe họ đã sẵn có tâm Phật như thế nào. Hồi còn trẻ, tôi dấn mình vào việc chứng ngộ cho được Phật tâm. Tôi đi khắp nơi, thực hành đủ các pháp tu, tìm những bậc thầy để tham vấn, nhưng không vị nào có thể nói cho tôi nghe cái điều tôi cần biết. Kết quả là tôi không có được hiểu biết rõ ràng, phải phấn đấu đủ cách như tọa thiền, rút vào núi sâu, hành thân hoại thể, mà vẫn mù tịt về vấn đề Tâm Phật. Cuối cùng năm 26 tuổi, tôi hoát nhiên đốn ngộ, và từ bấy đến nay tôi luôn nói cho mọi người biết rằng Tâm Phật Bất sinh đang chiếu sáng kỳ diệu, để họ có thể hiểu. Tôi chắc ít ai có thể nói cho các bạn chi tiết như thế.

Như tôi đã kể với các bạn, sau nhiều năm tu tập, cuối cùng tôi mới chứng ngộ được Phật tâm này. Thế mà tất cả quý vị đều có thể dễ dàng biết được Tâm Phật ngay tại buổi giảng này, một cách hoàn toàn thoải mái, không cần phải hành thân hoại thể, điều đó chứng tỏ quý vị có duyên sâu xa với Phật pháp hơn tôi rất nhiều. Quý vị quả là những người may mắn. Sau khi khám phá Tâm Bất sinh đang chiếu sáng kỳ diệu, tôi đã giảng dạy điều ấy khắp nơi, và có nhiều người đã hiểu. Dĩ nhiên, Tâm Bất sinh này không phải là điều mà tôi học được từ thầy tôi, đây là điều tôi tự khám phá cho chính mình, và trong mọi buổi giảng, tôi đều giảng dạy theo thực chứng của bản thân. Vì có người chưa hiểu nếu chỉ nói một hai lần, nên tôi phải lặp đi lặp lại. Bởi vậy nếu ai cần hỏi gì, hãy nêu lên, tôi sẽ nói thêm vài điều...

Điều mà tôi nói với tất cả quý vị là gì? Tôi chỉ nói về duy nhất cái Tâm Phật Bất sinh mà tất cả quý vị đều bẩm sinh có sẵn. Việc chính yếu là nhận cho ra tâm Phật này. Lúc đầu, không có gì xấu xa nơi quý vị; nhưng chỉ cần nhích một chút xíu là quý vị biến Tâm Phật thành những tư tưởng (xấu). Lấy trường hợp một người trộm cướp. Lúc đầu, anh ta chỉ chôm chỉa vài thứ lặt vặt, rồi nghĩ: "Mình được những thứ này không cần tốn xu nào, chắc chắn không cách nào kiếm sống dễ dàng hơn thế." Từ đó trở đi, anh ta trở thành một tay trộm cướp chuyên nghiệp táo tợn, và điều không thể tránh là anh ta bị tóm cổ, bị xiềng xích bị bỏ tù rồi đưa đến chỗ hành quyết. Nhưng khi gặp phải hình phạt, anh ta lại quên tất cả những việc quấy của mình, mà chửi rủa những người xử tử mình là tàn nhẫn vô nhân đạo, cho rằng việc làm của mình không đáng bị xử phạt quá nặng như thế. Có phải là lầm lẫn ghê gớm không? Đó là cái cách mà người ta biến cái Tâm Phật quý báu của mình thành quỷ đói và quỷ chiến đấu - tất cả đều do một bước sẩy chân ban đầu.

Tôi còn có một ngôi chùa ở Kyoto (CT.Jizoji, Bankei thành lập năm 1664 ở Yamashina thuộc Kyoto. Hiện nay không còn -ND). Khi ở chùa này, hàng ngày vào thành tôi đều đi ngang qua Awadagucchi nơi các tội nhân bị đóng đinh và thủ cấp của họ treo lủng lẳng nơi các cổng nhà ngục. Vì phải thường xuyên đi qua nơi ấy nên thỉnh thoảng tôi lại trông thấy cảnh này.

Ở Edo, quan tòa đại hình là Lord Koide Ozumi, một người bạn tôi thường lui tới. Mỗi khi viếng thăm ông tại tư dinh, tôi thường trông thấy nhiều tội nhân bị các viên chức áp tải ra, bị trói ké và chịu đủ thứ cực hình ghê gớm nhất. Lúc ấy những tội nhân hoàn toàn quên những việc quấy họ đã làm là đáng trách, mà cứ mắng nhiếc những sĩ quan vô tội vạ làm như thể họ là những người gây ra đau khổ cho mình. Tôi thường chứng kiến cảnh ấy. Về sau, thấy những cảnh như vậy, tôi quyết chỉ viếng thăm vào những ngày kiêng sát, vì vào những ngày ấy không được mang những tội nhân đại hình đến tòa nhà. Đây là một điển hình cho thấy làm thế nào chỉ do một sơ suất nhỏ mà người ta đã vô tình biến Tâm Phật thành ra một chúng sinh địa ngục. Mọi người hãy nắm rõ điều này. Khi nói về cái mà tất cả quý vị thừa hưởng của cha mẹ lúc mới sinh ra, thì chỉ có duy nhất cái Tâm Phật. Vậy hãy cẩn thận hết sức, đừng có tạo ra những si mê và thói hư tật xấu do dục vọng ích kỷ và ngã chấp sinh ra, những thứ mà bình sinh quý vị vốn không có. Chính để chứng minh điều này mà tôi nói cho quý vị nghe về những tội nhân...

Khi mới được cha mẹ sinh ra, quý vị chưa có một dấu vết gì của dục vọng ích kỷ, thói hư tật xấu hay thói tập trung vào bản ngã. Nhưng khi được bốn năm tuổi, quý vị thâu thập những việc quấy mà quý vị trông thấy người khác làm, những lời lẽ xấu xa mà quý vị nghe người khác nói, rồi dần dần khi được lớn khôn trong môi trường hư đốn, quý vị phát triển những dục vọng ích kỷ, trở thành thói tập trung vào bản ngã, chỉ biết nghĩ đến mình. Bị si mê lầm lạc như vậy, quý vị khởi sự làm đủ mọi điều xấu ác. Nếu không vì ngã chấp thì si mê không sinh khởi. Khi si mê không sinh khởi thì không khác gì an trú trong Tâm Phật Bất Sinh.

Ngoài ra không có Phật nào khác. Bởi thế, nếu ai có gì không hiểu, hãy bước ra hỏi bất cứ điều gì. Không cần phải rụt rè khi hỏi về điều này. Đây không phải là những bận tâm thế tục trong chốc lát, mà đây là vấn đề vĩnh cửu. Bởi vậy nếu ai có nghi ngờ gì, nên hỏi ngay tức khắc. Tôi không chắc sẽ còn gặp lại tất cả quý vị, nên hãy lợi dụng cơ hội này mà hỏi về bất cứ gì làm quý vị băn khoăn thắc mắc. Khi quý vị đã toàn toàn nắm vững cái tâm Phật Bất sinh đang chiếu sáng kỳ diệu thế nào, thì quý vị sẽ gặt hái được phần thưởng cho việc ấy.

Sau khi chỉ giáo như vậy, Sư bước lên bục điện thờ để làm lễ kết thúc buổi giảng, và lúc xong lễ, ngài lại nói: Bây giờ tôi lui vào trong thất. Hôm nay quá đông người, nên để tránh sự ồ ạt, xin quý vị từng người ra về trong trật tự và nhất là đừng hấp tấp để tránh tai nạn rủi ro.

SỐNG NHƯ PHẬT

Cái gì đã khiến một đám đông người như thế này đến đây khi trời vừa mới sáng, để lắng nghe tôi nói, cái ấy không gì khác hơn là Tâm Phật Bất sinh. Nếu không thấy có cái gì thật phi thường trong những lời tôi nói, thì quý vị đã không quày quả ra đi sớm như vậy để đến nơi đây. Vậy là, trong số quý vị đến tham dự buổi giảng hôm nay, những người tuổi ngũ tuần thì đã sống 50 năm không nhận ra Tâm Phật ngay trong mình, những người tuổi ba mươi đã sống 30 năm mà cho đến ngày hôm nay vẫn chưa nhận ra được sự thật ấy - tất cả quý vị đều trải qua những năm tháng của đời mình trong sự mờ mịt. Nhưng tại giảng đường hôm nay khi quý vị đã hoàn toàn nắm vững rằng mỗi người trong đây đều có sẵn tâm Phật Bất sinh ngay trong mình, thì từ hôm nay trở đi quý vị sẽ sống trong cái Tâm Phật ấy mà thôi, và sẽ mãi mãi thành những vị Phật sống. Điều tôi đang nói với tất cả quý vị chỉ cốt là làm cho quý vị nhận ra rằng Tâm Phật Bất sinh đang chiếu sáng một cách kỳ diệu. Khi đã hoàn toàn nhận ra điều này, thì từ đây mãi mãi về sau, quý vị sẽ có một thân Phật không khác gì thân đức Phật Thích ca, và sẽ không bao giờ đọa lạc trở lại vào ba ác đạo. Tuy nhiên, trong khi nghe giảng như thế này quý vị dù có thể hiểu rõ Tâm Phật Bất sinh, mà khi trở về lại nhà, những điều quý vị trông thấy và nghe thấy sẽ khởi động cái tâm giận dữ nơi quý vị trở lại. Và khi ấy, dù chỉ nổi giận một chút xíu, quý vị cũng sẽ mang tội gấp triệu lần trước khi nghe tôi giảng về Tâm Phật Bất sinh. Khi ấy quý vị sẽ chuyển từ cái tâm Phật Bất sinh mà quý vị đã biết, thành ra những chúng sinh ở địa ngục, súc sinh, ngạ quỷ, mãi mãi luân hồi.

Tôi chắc không có ai trong đây lại không muốn thành Phật. Chính vì thế tôi mới ra giảng cho tất cả quý vị. Hãy hiểu rõ những điều tôi nói, thì từ hôm nay trở đi quý vị sẽ thành những vị Phật sống. Dù tôi có thúc giục quý vị hãy dẹp chuyện thành Phật, nên sa vào địa ngục đi, thì chắc chắn không một người nào sẽ tình nguyện làm theo. Bằng chứng điều này là, vì muốn nghe giảng mà quý vị đã thức dậy vào lúc nửa đêm để lặn lội tới đây, kiếm cho được một chỗ ngồi trong đám đông khổng lồ này, chấp nhận đủ thứ gian nan miễn sao được nghe Pháp. Không phải đó là vì tất cả quý vị đều muốn thành Phật hay sao? Vì quý vị đã có quyết tâm như vậy, nên từ nay trở đi quý vị phải cẩn thận rất nhiều mới được, trong mọi điều quý vị làm và nói.

Cái tâm Phật bất sinh đó là thứ gì vậy? Có lẽ quý vị tự hỏi. Trong khi tất cả quý vị đều tập trung thính giác nghe tôi giảng như thế, mà bên ngoài có tiếng chó sủa, tiếng người hàng rong rao hàng, mặc dù không cố ý nghe, quý vị vẫn nghe được tất cả những thứ tiếng ấy: đó là nghe với cái Bất sinh, diệu dụng của Phật tâm. Tôi xin lấy một ví dụ: Tâm Phật, vốn chưa từng sinh ra và đang chiếu sáng kỳ diệu, tâm ấy giống như một tấm gương sáng. Gương thì phản chiếu bất cứ gì xuất hiện trước nó. Nó không cố ý phản chiếu sự vật, nhưng bất cứ vật gì đến trước gương, thì màu sắc dáng hình của nó đều chắc chắn hiện ra. Cũng vậy, khi vật được dời đi, thì tấm gương cũng không cố ý không phản chiếu, nhưng khi vật đã bỏ đi thì bóng nó cũng không còn hiện trong gương. Cái tâm Phật Bất sinh cũng hệt như thế. Khi bạn cố ý nhìn và nghe điều gì, thì bạn sẽ nghe và thấy, đó là lẽ tự nhiên. Nhưng khi bạn thấy và nghe được những gì mà trước đấy bạn không dự định để thấy nghe, thì đó chính là nhờ cái diệu dụng linh hoạt của Tâm Phật mà mọi người ai cũng có. Đấy là ý nghĩa cái Tâm Phật Bất sinh. Khi tôi đã tìm cách giảng giải về cái Bất sinh sao cho tất cả quý vị đều hiểu được như thế, mà nếu có người vẫn chưa hiểu, thì dù vị ấy có nghe ngàn vạn bài giảng cũng không ăn thua gì. Người nào dù chỉ nghe một bài giảng, đã nhận ra được Tâm Phật bẩm sinh nơi tất cả mọi người, thì người ấy từ đó trở đi trở thành Phật sống.

Lấy một ví dụ khác. Giả sử có người đi từ Takamatsu đến Marugame mà không biết đường, gặp một người biết rành đường lối chỉ bày cho. Sau khi nhớ kỹ những lời chỉ dẫn, người ấy theo đó mà đi và đến đích không khó khăn gì. Cũng thế, khi tất cả quý vị đã nắm được chính xác những gì tôi nói, thì từ đấy trở đi quý vị sẽ an trú trong tâm Phật bản nhiên. Ngược lại nếu không an trú được như thế, thì cũng như quý vị đã được người ta chỉ cho đường đến Marugame mà không theo, lại theo con đường dẫn tới nơi nào khác. Đó là lý do quý vị nên lắng nghe kỹ những gì tôi nói. Tôi không chắc có thể trở lại đây nói chuyện cùng quý vị nữa không. Cho dù quý vị đi nghe giảng nơi nào khác, cũng không chắc có người nào giải thích cho quý vị về cái Tâm Phật bất sinh mà chiếu sáng kỳ diệu này. Bởi vậy nếu chư vị thấy lời tôi nói có lý, thì hãy nên coi chừng ngăn chặn sự nổi lên đủ loại ý tưởng, để chấm dứt vòng luân hồi. Nếu không thành Phật ngay bây giờ thì trong mười ngàn kiếp quý vị cũng sẽ khỏi tái sinh lại trong cõi này, bởi thế hãy nỗ lực thực chứng một cách rốt ráo cái Tâm Phật Bất sinh, và chớ để bị mê lầm. Được như vậy thì ngay từ hôm nay, quý ông sẽ là những người nam an trú Tâm Phật, quý bà sẽ là những người nữ an trú Tâm Phật, tất cả đều hết si mê lầm lạc. Đó không gì khác hơn là Phật quả, là giác ngộ.

Tôi có thể nói cho quý vị vài điều về Tâm Phật nơi phụ nữ. Theo tôi hiểu, phụ nữ thường rất buồn khi nghe nói họ không thể thành Phật. Nhưng sự thực không phải vậy. Có gì khác nhau giữa nam và nữ? Thân nam là thân Phật, thân nữ cũng là thân Phật. (CT. ý nói nam hay nữ đều thể hiện được tâm giác ngộ. ND) Quý vị không nên nghi ngờ gì về điểm này. Khi quý vị đã hoàn toàn nắm được lý Bất sinh, thì trong Bất sinh, không có gì khác nhau giữa nam hay nữ. Mọi người đều là thân Phật.

Vậy quý vị nữ giới trong đây hãy nghe cho kỹ. Về phương diện hình thể, rõ ràng là nam nữ khác nhau, nhưng về phương diện Tâm Phật thì không có khác gì. Quý vị đừng bị tướng bề ngoài làm cho lầm lạc. Tâm Phật vẫn giống nhau, không có khác biệt nào giữa nam với nữ.

Tôi xin chứng minh với quý vị điều này. Trong giảng đường hôm nay có rất đông người tụ tập, nhưng khi nghe tiếng trống hay tiếng chuông ngoài kia, quý vị có nghĩ là phụ nữ lầm tiếng chuông là tiếng trống, tiếng trống là tiếng chuông chăng? Quý vị có thực nghĩ rằng có gì khác nhau trong cách đàn ông nghe với cách phụ nữ nghe những tiếng ấy? Tuyệt đối không khác chút nào. Lại nữa, thưa tất cả quý vị, đâu phải việc này chỉ đúng cho "nam giới và nữ giới" mà thôi. Trong giảng đường này, chúng ta có những người trẻ và người già, tăng và tục, đàn ông và đàn bà, đủ tất cả hạng người; nhưng nói đến sự nghe chuông trống, quý vị có thể nói được hay chăng, rằng người già nghe cách này, người trẻ nghe cách khác? Quý vị có thể nói có sự khác nhau trong cách tu sĩ nghe, cách cư sĩ nghe, cách đàn ông nghe, cách đàn bà nghe chăng? Sự thật là hoàn toàn không có gì khác nhau trong sự nghe cả, và điều ấy chứng tỏ tất cả mọi người đều sẵn có bẩm sinh Một Tâm Phật đồng nhất. Vậy thì nói về nam và nữ chẳng qua chỉ là những danh từ, những cái bóng của tâm quý vị sản xuất ra. Trước khi những cái bóng ấy phát sinh, ở trong cảnh giới Bất sinh không có gì là nam hay nữ. Và vì sự tình là vậy, thì không có gì khác nhau giữa Tâm Phật nơi người nam và Tâm Phật nơi người nữ, quý vị không nên nghi ngờ.

Giả sử trong lúc bạn đang an trú liên tục trong Bất sinh, trong Tâm Phật, quên hết những phân biệt nam nữ, nhưng đột nhiên bạn trông thấy hay nghe một việc gì rối rắm, chẳng hạn có người nào nói xấu bạn, hay những ý niệm tham dục bám víu khởi lên trong bạn mà bạn ràng buộc vào đó, thế là bạn đang chuyển tâm Phật thành ra ý nghĩ, chẳng hạn nghĩ "chỉ vì mình là một phụ nữ khốn nạn" hay đại loại như thế. Nếu không bị đánh lừa bởi hình tướng bên ngoài, hoàn toàn nắm lấy Con đường duy nhất, cái Bất sinh, thì bạn sẽ thấy rằng không những nam hay nữ, mà chư Phật trong quá khứ hay vị lai cũng đều là một Tâm Phật đồng nhất ấy. Không lý do gì phụ nữ lại là một trường hợp đặc biệt, không thể chứng thành Phật quả.

Nếu thực sự có vài lý do khiến phụ nữ không thành Phật, thì quý vị thử nghĩ tôi được lợi lộc gì mà gạt gẫm tất cả mọi người bằng cách cả quyết dối rằng phụ nữ có thể thành Phật, đánh lạc hướng đám đông khổng lồ này? Nếu sự thực là phụ nữ không thể thành Phật, mà tôi lại nói là họ có thể, để xí gạt tất cả bà con, thì bảo đảm tôi sẽ phải đáp xuống địa ngục ngay lập tức trước mặt tất cả quý vị ở đây. Chỉ vì mong thành Phật quả mà ngay từ tấm bé tôi đã phải chịu bao nhiêu gian khổ tu hành; không lẽ ngày nay tôi lại cố nói dối với quý vị để bị đọa xuống địa ngục? Những gì tôi nói với quý vị không phải là dối trá. Tôi muốn các bà trong đây phải nắm kỹ điều này, để từ nay trở đi, hãy an tâm mà sống những ngày tháng của các bà ở trong Tâm Phật Bất sinh...

Ngay cả nơi những người xấu ác, Tâm Phật vẫn không biến mất. Khi bạn lật ngược cái tâm xấu của họ, thì đấy là tâm Phật không gì khác. Tôi xin kể cho quý vị nghe một kẻ ác có tâm Phật là thế nào. Giả sử có hai người cùng đi với nhau từ đây đến Taka-matsu, một người thiện một người ác. Nhưng cả hai không ai để ý gì đến thiện ác mà cứ vừa đi vừa nói chuyện dọc đường. Hai bên đường hoặc trên đường có cái gì, thì mắt của người thiện cũng như người ác đều trông thấy như nhau. Nếu có con ngựa hay con bò xông tới trước mặt thì cả hai đều biết nhảy tránh, mặc dù không tính trước. Nếu có gặp hố nước, cả hai cùng nhảy qua, gặp sông thì cùng lội. Sở dĩ có phản ứng giống nhau như vây là vì người tốt lẫn người xấu đều cùng có một căn bản chung là Tâm Phật Bất sinh. Mỗi người trong đây cũng thế, từ trước đến nay, đã từng làm ác, bị ngốn ngấu bởi đủ loại bám víu và thèm khát, bị xâm chiếm bởi sân si, nên phải chịu luân hồi, chuyển đổi cái tâm Phật quý vị vốn có thành a tu la và quỷ đói. Nhưng sau khi nghe tôi giải thích về tâm Phật Bất sinh rồi nếu quý vị hiểu rõ, thì chính cái tâm tham dục sân giận bám víu bấy lâu nơi quý vị lập tức sẽ chuyển thành Tâm Phật bất sinh, và quý vị sẽ không bao giờ mất tâm ấy, dù trải qua mười ngàn kiếp. Khi quý vị an trú trong tâm Phật ấy, thì từ đây quý vị sẽ là những Phật sống. Nhưng đừng lầm; nếu bây giờ quý vị đánh mất tâm Phật ấy thì mười ngàn, cả đến trăm ngàn kiếp sau quý vị cũng không thành Phật được. Hãy nên nhớ kỹ điều này.

Dù cho những thói tật thâm căn cố đế nơi quý vị sẽ khiến quý vị bám lấy những gì gặp phải, vọng tưởng chốc lát khởi lên, thì người có đức tin bền chắc sẽ không bám víu cũng không xua đuổi chúng - trong nháy mắt, người ấy sẽ dễ dàng quay trở về với Phật tính Bất sinh. Ngay cả đối với chư Phật chư tổ, cũng không phải rằng các ngài hoàn toàn không có tư tưởng nào từ khởi thủy. Nhưng vì các ngài không bị vướng vào tư tưởng, và cũng như trẻ con, không có tưởng tương tục, nên cũng như thể là tư tưởng chưa từng sinh khởi. Chính vì vậy mà Phật, tổ giải thoát khỏi tư tưởng.

Khi tư tưởng (hay tơ tưởng, hay vọng tưởng. ND) không khởi lên, thì cái diệu dụng chiếu sáng linh hoạt của tâm Phật không hiện rõ, bởi thế sự sinh khởi những ý tưởng kỳ thực là diệu dụng của Phật tâm chiếu sáng. Nội cái việc tôi giải thích điều này và quý vị đang tiếp nhận đó cũng là do mọi người đều có được cái công năng chiếu sáng kỳ diệu của Tâm Phật bẩm sinh. Có phải điều ấy thật quý báu không? Đem một vật vô cùng quý giá như thế để dấy lên đủ thứ vọng tưởng rồi tạo ra ba đường ác địa ngục súc sinh quỷ đói ngay trong đời này, bị ác nghiệp lôi kéo - phải chăng thực là đáng tiếc? Thật tội nghiệp cho những con người phải chịu khổ như thế từ sáng tới tối. Vậy hãy nhớ kỹ điều này, nhận thức rõ rằng, gặp cảnh gì cũng dấy động tư tưởng thì chỉ chuốc lấy khổ đau. Bởi thế đừng chuyển cái Tâm Phật thành ra những tơ tưởng vốn không phải bẩm sinh nơi bạn, và hãy sống trọn ngày an trú trong Tâm Phật Bất sinh.

TÔI TỚ, HIỆP SĨ, CHỒNG VÀ VỢ

Chúng ta thường thấy ở đời, khi có người nào giỏi về một vấn để gì, mọi người sẽ ca tụng "Anh ta hay thật, giỏi thật!" Nhưng khi nghe vậy, một người cuồng tín sẽ bảo: "Có thể anh ta hay giỏi về mặt đó, nhưng cũng có những điểm tệ như vầy như vầy..." và tìm cách bôi nhọ cả đến những tài năng của người ta. Rõ ràng, đó là thói xấu của người kiêu ngạo. Với những người như vậy thì, khi người họ thích có chút tài mọn họ cũng tâng bốc tới mây xanh, xem là anh hùng vô địch. Các bạn cũng đã thấy khá nhiều người như thế. Có phải thái độ ấy thực sai lầm ghê gớm không? Chúng ta nên hoan hỉ khen ngợi người đáng khen, và khi nghe ai được hạnh phúc, hãy vui mừng như chính mình hạnh phúc. Sự thể đáng lẽ phải vậy. Người được như thế là người sáng suốt không để mờ tâm Phật. Nhưng nếu khi thấy hay nghe điều gì, mà bạn phản ứng với lòng kiêu căng hay cuồng tín, thì thế là bạn đã chuyển cái tâm Phật bẩm sinh nơi bạn thành một giống dân địa ngục...

Khi dẹp bỏ thói tức giận, tham lam, bám víu, chấp ngã, thì dù với kẻ tôi tớ, quý vị cũng không dữ dằn, mà bày tỏ lòng thương. Không phải vì có tiền thuê mướn người làm mà quý vị thấy có lý do để đánh đập hay sai người ta làm những việc vô lối. Dù với tôi tớ, ta cũng không nên nghĩ họ không liên hệ gì đến mình. Giả sử bạn có đứa con không vâng lời. Nếu kẻ bất tuân đó là một người ngoài thì phải biết, bạn sẽ nổi tam bành. Nhưng vì bạn nghĩ nó là con mình, nên đành rán chịu, phải không? Hơn nữa, những việc đổ đổ dơ mà bạn sai con cái làm, thì vì cùng máu mủ, có thể nó không gớm ghiếc lắm. Nhưng với một người tôi tớ không bà con thì khác. La mắng người khác xối xả, tức giận điên cuồng, đó là một lỗi lầm lớn. Từ trước đến nay, vì không hiểu nguyên tắc đằng sau sự việc, nên bạn tha hồ nổi nóng không cần suy nghĩ, tin rằng sự sân si tức giận là lẽ tự nhiên thường tình trong cõi người ta. Nhưng bây giờ, khi đã nghe về Tâm Phật bất sinh mà mỗi người đều sẵn có từ lúc mới sinh ra, thì từ đây về sau quý vị nên giữ gìn đừng làm hại cái tâm ấy.

Có lẽ quý vị tưởng những người tôi tớ đã nhờ tôi nói hộ. Nhưng không! Dù một người tớ có thô lỗ đến mấy, điều tôi muốn nói là quý vị cũng không nên mất bình tĩnh một cách vô lý để hại cái Tâm Phật của mình mà thôi...

Trong đời, đàn ông đa số không tin tưởng gì lắm. Nhưng phụ nữ thì khác, họ rất chân thành. Phụ nữ quả có điên rồ hơn nam giới ở vài khía cạnh. Nhưng khi bạn nói với họ là làm ác sẽ xuống địa ngục, thì họ hoàn toàn không chút hoài nghi, và khi bạn dạy họ rằng hành thiện sẽ thành Phật, thì họ hăng hái phát nguyện thành Phật, đức tin nơi họ càng ngày càng sâu xa. Khi họ nghe tôi nói về cái Bất sinh, lòng tin của họ được khơi dậy, bởi thế phụ nữ do lòng chân thành, sẽ dễ chứng ngộ Phật tính nhanh hơn nam giới mà khôn lanh láu cá. Vậy, hãy quyết định ngay bây giờ rằng, quý vị sẽ thành Phật.

Có lẽ mọi người đang nghĩ, thầy bảo vào mọi lúc ta nên coi chừng, đừng nổi nóng, đừng tham lam. Nhưng nếu ta theo lời thầy, rồi bị chê ngu, chắc chắn ta không thể nói "đương nhiên, chúng tôi là kẻ ngu."

Dĩ nhiên có thể xảy ra sự tình như thế; nhưng người nào chê kẻ khác ngu thì chính họ cũng ngu. Vậy với những người như thế, hãy bỏ qua chớ bận tâm làm gì.

Nhưng với một hiệp sĩ, bị kẻ khác lăng nhục thì không có chuyện bỏ qua. Tôi lấy một ví dụ. Có những người sở hữu những đồ men quý giá như bình cắm hoa và tách trà. Tôi không giữ những thứ ấy, nhưng tôi thấy người nào giữ đồ sứ quý đều bọc chúng rất kỹ trong nhiều lớp bông vải mịn và để trong hộp, vì nếu những thứ ấy mà chạm phải vật gì cứng thì đương nhiên phải vỡ. Bởi thế họ giữ cho khỏi vỡ bằng cách bọc trong bông vải mịn là việc làm có lý. Tâm người hiệp sĩ Nhật cũng giống như vậy. Trước hết, họ luôn luôn đặt danh dự trên hết mọi thứ khác. Dù chỉ một lời nói họ cũng không bỏ qua, mà phải thanh toán sòng phẳng, đó là lễ lối của hiệp sĩ samurai. Khi một lời thách thức đã thốt ra, thì không có chuyện lấy lại. Người hiệp sĩ luôn gói kỹ phần "cứng" của tâm họ dưới những lần lót như thế, và ngay từ đầu đã hết sức cẩn trọng tránh "chạm phải" những người dễ động chạm. Tốt hơn là mọi người nên luôn thận trọng về điều này. Một khi bị người khác khiêu khích thì một samurai buộc phải sát sinh. Quý vị nên nhớ kỹ cho chuyện ấy.

Rồi lại có vụ sát sinh xảy ra khi người hiệp sĩ quỳ xuống xin phép chủ mình để giết một kẻ tấn công. Việc này là để trừ khử những kẻ ác, đấy là thiên chức của hiệp sĩ nên đối với hạng này, thì việc ấy không thể xem là sát sinh. Nhưng giết người chỉ vì mưu toan những mục đích cá nhân, vì dục vọng do ngã chấp thì đích thực là sát sinh hại mạng. Điều ấy chứng tỏ bất trung với chúa, bất hiếu với cha mẹ, và đổi cái tâm Phật thành quỷ tu la. Mặt khác, trong trường hợp một người tôi đáng phải chết cho chúa mà lại không chết, bỏ trốn vì hèn nhát, thì đấy là chuyển cái tâm Phật nơi họ thành ra súc sinh. Cầm thú không thông minh như người nên không biết phải hành động thế nào mới phải lẽ, chúng không biết đến danh dự nên chỉ có chạy đôn chạy đáo cố tìm cách thoát chết. Nhưng khi một hiệp sĩ samurai mà cũng có hành động như thế, không có ý thức danh dự, bỏ chạy không xấu hổ với bạn bè, thì không khác gì súc vật.

Ở Edo, tôi cũng có một ngôi chùa tọa lạc tại Azabu ở ven đô. Có một người giúp việc đã ở với tôi một thời gian khá lâu nên cũng có chút tin tưởng về tôn giáo. Có lẽ nhờ anh ta thường quan sát cung cách những thầy tu nên chịu ảnh hưởng phần nào. Một hôm vào lúc sẩm tối, một người trong số các đệ tử tôi sai anh ta đi có việc. Con đường đi phải ngang qua một vài vùng hoàn toàn không có nhà cửa xóm làng, nơi mà những kiếm sĩ thường phục kích giết khách lữ hành (CT. Vào thời ấy, những hiệp sĩ samurai thường ưa thử gươm bằng cách đứng tại những góc vắng vẻ, khiêu khích kẻ đi đường để kiếm cớ mà giết, vì theo luật lệ bấy giờ, hiệp sĩ có quyền giết người nào tỏ ra thiếu lễ độ và xúc phạm danh dự họ. ND.) Bởi thế về đêm không có an toàn ở những nơi ấy. Nhưng mặc cho mọi người cố ngăn cản, người tớ vẫn không nghe, cứ ra đi. Trên đường về trời đã tối, một kẻ sát nhân thuộc loại nói trên, đứng chực sẵn nơi vắng vẻ. Y cố sấn vào người tớ, rút kiếm la lên: "Tay áo ngươi động vào người ta. Ta không để cho ngươi thoát." Người tớ nói: "Tay áo tôi không động vào ngài." Rồi không suy nghĩ, anh ta cúi gập người vái chào hiệp sĩ ba cái. Khi ấy lạ thay, hiệp sĩ bèn tra kiếm lại vào bao- cây kiếm sắp giết người- nói: "Ồ, ngươi quả là một người lạ lùng. Thôi ta tha cho ngươi đi." Thế là người tớ thoát nạn. Nãy giờ một người buôn vào ẩn nấp trong một trà thất lân cận vẫn lén lút quan sát động tĩnh bên ngoài. Trong khi người này đang tự hỏi không biết anh chàng kia bị giết chưa, thì người tớ đã xuất hiện trước mặt. Người lái buôn nói: "Suýt nữa thì anh rồi đời. Làm sao mà anh nghĩ ngay được chuyện cúi lạy như thế?" Người tớ đáp: "Tôi ở chùa thấy các thầy tu thường cúi gập mình vái ba lạy. Vừa rồi, tôi nghĩ được rồi, nếu y muốn giết thì cứ để cho y giết. Và không suy nghĩ, tôi cứ theo thói quen vái ba lạy. Nhưng khi thấy thế, y lại nói anh thật lạ lùng, thôi tôi để cho anh đi. Và thế là tôi tiếp tục hành trình." Đấy là những gì người tớ ấy về thuật lại cho tôi nghe. Tôi nói: "Anh đã thoát chết nhờ luôn luôn giữ niềm tin." Và khi nghe chuyện ngay cả một kẻ sát nhân tàn bạo cũng có trái tim biết xúc động, thì tôi lại càng chắc chắn không ai có thể hoài nghi về Pháp Phật nhiệm mầu.

Vì tôi đi nhiều nơi, nên gặp đủ thứ chuyện. Tôi có một ngôi chùa nữa ở Ozu thuộc tỉnh Iyo, và hàng năm tôi thường đến ở đấy ít lâu. Chùa Ozu không phải như chùa này, đó là một cấu trúc khổng lồ. Mỗi khi tôi ở đấy thì hàng loạt rất đông khách thập phương kéo đến chật cả chùa gồm hai gian lớn một bên dành cho nam một cho nữ, mỗi bên có hai tiếp viên nam hai tiếp viên nữ để hướng dẫn cho có trật tự, và mọi người kính cẩn lắng nghe. Tất cả những người ở đấy đều đến từ vùng cách xa hai dặm.

Một lần có một người ở Ozu gả con gái cho một nhà ở vùng quê cách đó hai dặm (lý). Người con gái ấy sinh hạ một trai, nhưng hai vợ chồng này không ngớt gây gỗ nhau, cuối cùng sau một trận kịch chiến người vợ bỏ ra khỏi nhà, giao con lại cho người chồng và tuyên bố nàng sẽ trở về nhà cha mẹ ruột. Người chồng vừa cặp con trong nách vừa nói: "Nếu em về nhà cha mẹ thì anh sẽ liệng thằng bé này xuống sông." Nhưng người vợ nói: "Tốt lắm, nó là con anh, bây giờ tôi trả lại cho anh, anh cứ việc liệng nó xuống sông đi. Tôi không thiết." Người chồng bảo: "Em về thì về, nhưng không được đem gì theo ngoài một ít áo quần và tư trang." Nàng trả lời: "Đã ra khỏi cái nhà này, thì tôi không cần gì những thứ ấy." Nói xong nàng bỏ đi về Ozu. Tình cờ cô gái gặp những người đang đi đến chùa tôi để nghe pháp, nên thay vì về nhà cha mẹ, cô lại đi theo họ vào chùa nghe giảng. Cô nghe chăm chú những gì tôi nói hôm đó. Khi xong buổi giảng mọi người giải tán ra về, cô gái gặp một ông láng giềng của cha mẹ nàng. Khi ông này hỏi ngọn gió nào đưa đẩy nàng trở về như vậy thì cô gái kể: "Sáng nay vợ chồng tôi cãi nhau, tôi bỏ về nhà, nhưng về đến đây thì gặp đám người đi nghe pháp. Tôi nghĩ là dịp tốt nên thay vì về nhà cha mẹ, tôi theo họ vào nghe. Mọi lời trong buổi giảng này đều ứng vào hoàn cảnh riêng của tôi. Tôi cảm thấy xấu hổ vô cùng. Sự việc sáng nay tôi bỏ nhà chồng mà đi thật là hoàn toàn do lỗi của tôi. Chồng tôi không muốn tôi bỏ ra đi. Ảnh cùng mẹ ảnh đã nói hết lời để giữ tôi lại, nhưng tôi một mực không nghe, khiến họ cuối cùng cũng điên tiết. Nhưng bài pháp hôm nay đã cho tôi thấy tôi có lỗi như thế nào, bởi thế tôi sẽ không bỏ về lại nhà cha mẹ nữa. Tôi sẽ trở lại nhà chồng, xin tha thứ những điều quấy tôi đã làm, tôi sẽ hạ mình trước cả mẹ chồng và chồng, rồi kể cho họ nghe về bài pháp kỳ diệu hôm nay. Bởi vì nếu tôi không khuyến khích nhà chồng cùng quan tâm đến giải thoát giác ngộ thì việc nghe Pháp của tôi chưa thực sự có ích."

Người láng giềng nói: "Đã gây gổ với chồng mà bỏ về như vậy rồi thì làm sao trở lại được nữa. Chi bằng cứ về nhà cha mẹ, rồi tôi sẽ đưa chị trở lại nhà chồng dàn xếp cho êm."

Người đàn bà bảo: "Không, không, êm hay không êm cũng chả sao, vì chung quy đấy là lỗi tại tôi, tôi phải đích thân hòa hoãn lại với nhà chồng. Vả lại, nếu bài pháp kỳ diệu này chỉ một mình tôi nghe thì thật uổng. Tôi muốn san sẻ với gia đình chồng và khuyên họ cùng học đạo giải thoát. Có như vậy thì sự nghe pháp của tôi mới thực có ý nghĩa."

Những người đi đường đều nghe câu chuyện giữa hai người đang đối đáp. Họ bảo nhau: "Cô kia thật đáng khen biết chừng nào. Chỉ nghe một bài Pháp mà nhận ra được lầm lỗi của mình, thực là tư cách tuyệt diệu nơi một người phụ nữ. Còn cái anh chàng kia thì đúng là loại quân sư quạt mo, cố khuyên nàng đừng có trở lại nhà chồng một mình, để cho anh ta cùng đi với, để ảnh dàn xếp giùm cho êm. Rõ là một thằng cha vô duyên hết cỡ. Y ta ở Ozu, đương nhiên đã nghe đi nghe lại nhiều lần bài giảng ấy, thế mà coi tề, hãy nghe y đưa ra một lời khuyên như mắm thối ấy."

Thế là những người đi đường không ngớt chê trách anh chàng láng giềng kia, và bảo cô gái sau khi nghe cô tuyên bố sẽ một mình trở về lại nhà chồng: "Đúng đấy, thái độ của cô thật đáng khen. Hãy nhanh lên mà trở lại với nhà chồng."

Cô gái nói: "Vâng, tôi đi đây." Và quày quả trở về lại.

Hôm ấy tôi được một tộc trưởng ở Ozu mời về nhà. Khi tôi đến đấy, có nhiều người tới thăm. Họ nói, hôm nay bài giảng của ngài đã làm một phép lạ. Và họ kể lại câu chuyện như trên. Về sau, tôi lại còn biết được sự việc xảy ra sau khi người đàn bà trở lại nhà chồng. Cô ta đã nói với mẹ chồng và chồng như sau. Mặc dù không ai xua đuổi , con đã tự ý bỏ về. Nhưng chính nhờ thế mà con đã đến Ozu, do con có duyên với Phật pháp. Trên đường con gặp đoàn người đi chùa nghe giảng, nên con đã đi theo họ. Khi nghe giảng, con thấy điều nào cũng phù hợp với con. Càng nghe Pháp con càng nhận ra lỗi lầm của mình, nên sau khi nghe pháp, thay vì về nhà cha mẹ ruột thì con đã đi thẳng về đây. Chính vì con làm quấy nên đã khiến mẹ chồng và chồng tức giận. Từ nay trở đi con xin vâng lời mẹ chồng và chồng trong mọi sự, và bây giờ xin mẹ và chồng cứ trừng phạt con thỏa thích, con sẽ không oán hận chút nào, vì con muốn xin cả hai người tha thứ cho con." Nghe nàng nói vậy, cả hai đều bảo, nếu nàng đã thấy lỗi mình thì họ đâu còn giận hờn gì nữa. Thế là họ vui vẻ đón nàng về lại trong gia đình, và từ đấy cô gái cư xử lễ độ với mẹ chồng, hòa thuận với chồng rất mực. Thỉnh thoảng cô kể lại cho mẹ chồng và chồng nghe bài giảng đã làm cô thay đổi, và từ đấy mỗi khi tôi đến trong vùng ấy, thì cả gia đình đều đến nghe tôi.

Những người có duyên với Phật pháp như thế, nhờ nghe một bài giảng mà giải thoát khỏi hận thù gây gỗ - mặc dù họ chỉ là những người bình dân ít học - quả thực là điều kỳ diệu phải không? Tôi kể chuyện này ra với hi vọng rằng quý vị khi nghe xong cũng sẽ tự tạo cho chính mình một cơ duyên thấm nhuần Phật Pháp như vậy. Chính vì Tâm Phật vốn bất sinh và chiếu sáng kỳ diệu, nên ngay cả một phụ nữ không hiểu biết gì cũng có thể nhờ y cứ vào đấy mà nên. Tất cả quý vị cũng thế, từ đây trở đi, hãy luôn hô triệu đức tin của mình lên để an trú trong Tâm Phật.

Câu chuyện hôm nay đã dài, có lẽ quý vị cũng đã mệt mỏi, vậy chúng ta hãy dừng ngang đây. Xin mọi người thong thả ra về, và trở lại ngày mai.

PHẬT MAGOEMON

Tôi xin kể cho quý vị nghe qua về diệu dụng của Tâm Phật. Ba mươi năm về trước có một người theo tôi làm đệ tử tại gia, một nhà buôn vượt hơn tất cả mọi người buôn khác về tài buôn bán, thường làm ra nhiều lợi tức, nên mọi người đặt cho anh ta biệt danh là "tên cướp Magoemon" . Chẳng bao lâu anh ta giàu sụ, và từ đấy trở đi, thường đến nơi tôi. Tôi bảo: "Khi mọi người đã gọi anh như vậy, thì chắc phải có điều gì quấy. Nhất là khi một người thường đi chùa mà bị đặt một cái tên xấu xa, và làm đề tài cho sự xầm xì bàn tán, thì người ấy phải có lỗi."

Khi bị tôi sửa lưng như vậy, Magoemon chỉ nói: "Nếu con có đến nhà người ta mà trộm đồ đạc, hoặc bẻ khóa vào nhà kho của họ, thì đương nhiên con sẽ cảm thấy xấu hổ. Nhưng con không trộm cướp kiểu ấy. Và con cũng không phải là kẻ duy nhất ở đây kiếm lợi bằng cách bán buôn. Vả lại, những người nói xấu con phần nhiều cũng là nhà buôn nhưng lại không kiếm được lợi tức nhiều bằng con, nên họ nói xấu con với thầy đấy thôi. Mà dĩ nhiên đi buôn là cốt để có lời..." Cứ thế anh ta tự bào chữa cho mình, và vẫn giữ thái độ như như bất động trước những gièm pha.

Về sau, không biết vì lý do gì, anh ta giao hết công việc cho người cháu trai, phân phát tất cả tiền của đã tích lũy cho mọi người trong gia đình, rồi đến xin tôi cạo tóc. Tôi nói: "Nếu là người nào khác đến xin thế phát thì tôi còn do dự, chứ với người lâu nay đã mang tiếng xấu như anh, thì tôi cạo ngay." Thế là tôi cho anh ta làm tu sĩ.

Từ đấy về sau, anh càng dốc lòng tin và trở thành một người sùng tín. Điều ấy chứng tỏ rằng cái ta gọi là Phật tâm vốn có một khả năng chiếu sáng linh hoạt kỳ diệu. Chưa đầy ba mươi ngày sau khi anh ta trở thành tu sĩ, mọi người đã quen gọi anh ta với tên mới là "Phật Magoemon". Sự tình là như thế, tôi muốn quý vị hiểu rõ điều này. Trên thế gian không có gì quý bằng Tâm Phật. Vì tất cả quý vị đều đang cố thực chứng Tâm Phật bất sinh, nên cần phải hiểu cho thấu đáo mới được. Tôi không bảo quý vị phải tu theo pháp này pháp nọ, phải giữ giới, phải tụng kinh, phải xem Ngữ lục của chư tổ, phải tọa thiền...Tâm Phật vốn đã sẵn nơi tất cả quý vị, không có cái chuyện tôi đem lại cho quý vị tâm Phật ấy. Khi lắng nghe bài giảng này, hãy nhận ra tâm Phật mà mỗi người đều có ngay trong chính mình, rồi từ nay về sau hãy an trú trong Tâm Phật bất sinh ấy. Một khi quý vị đã xác chứng được Tâm Phật mà mọi người bẩm sinh đều có, thì quý vị muốn đọc kinh cứ việc đọc kinh, muốn ngồi thiền cứ việc ngồi thiền, muốn giữ giới cứ việc thọ giới, muốn niệm Phật cứ việc niệm Phật, muốn trì chú cứ việc trì chú, hay cứ việc làm phận sự hàng ngày của quý vị - dù quý vị là hiệp sĩ, nông dân, thợ thuyền, thương gia - công việc sẽ là pháp chánh định của mỗi người. Tôi chỉ nói một điều duy nhất là: hãy nhận ra tâm Phật mà mỗi người quý vị bẩm thụ từ lúc cha mẹ mới sinh. Điều cốt yếu là nhận ra, và an trú trong tâm ấy với niềm tin tưởng...

TRẺ EM BA BỐN TUỔI

Sư dạy chúng: Như quý vị đều đã nghe tôi nói, mọi người bẩm sinh đều có tâm Phật, vậy quý vị chỉ cần làm mỗi một việc duy nhất là an trú trong cái tâm Bất sinh ấy. Thế nhưng, vì theo thói đời, quý vị đã vướng vào những tệ đoan và đã chuyển tâm Phật thành ra quỷ đói luôn bám víu thèm khát. Hãy nhớ kỹ điều này, để luôn trú trong tâm Phật bất sinh. Nhưng nếu vì mong mỏi nhận cho ra cái Bất sinh mà quý vị rán ngăn chặn những ý tưởng giận dữ thèm khát không cho chúng khởi lên, thì khi làm như vậy quý vị đã phân chia một cái tâm duy nhất ra làm hai. Cũng như thể là quý vị đuổi theo một cái gì đang trốn chạy. Khi ta còn cố ý ngăn tư tưởng khởi lên, thì cái ý ấy chống lại với những ý khác đang khởi lên liên tục, thế là không bao giờ có sự chấm dứt. Việc ấy cũng như thể là dùng máu để rửa máu, không bao giờ sạch được. Cũng vậy, mặc dù những tư tưởng giận dữ mà bạn ngăn chặn ấy có thể chấm dứt, nhưng cái tư tưởng sau dùng để ngăn chặn tư tưởng trước cứ tiếp tục không bao giờ dừng nghỉ.

Bạn có thể hỏi, vậy tôi phải làm sao? Nếu bỗng dưng ý tưởng giận dữ, hay thèm khát, hay bám víu... khởi lên nơi bạn một cách bất trị, ngoài ý muốn, thì đừng khai triển nó thêm, đừng để ý đến nó. Đừng bận tâm ngăn chặn hay không ngăn chặn, chỉ cần thây kệ nó, thì nó không thể làm gì khác hơn là đi đến chấm dứt. Bạn không thể cãi với vách tường nếu bạn chỉ đứng một mình. Khi không có ai ở đấy để chiến đấu, thì mọi việc tự động đi đến chấm dứt.

Dù cho đủ mọi thứ tư tưởng tạp loạn thò mặt ra, thì cũng chỉ ló ra trong một chốc. Hệt như trẻ con ba bốn tuổi bận rộn trong trò chơi (trẻ mau chán. ND.). Nếu bạn không bám víu một tư tưởng nào đặc biệt, như vui hay buồn, không nghĩ tới chuyện chấm dứt hay không chấm dứt nó, thì thế chính là an trú trong Tâm Bất sinh. Hãy giữ cho cái tâm duy nhất vẫn là cái tâm duy nhất. Nếu tâm bạn luôn luôn như vậy, thì dù cho điều tốt điều xấu gì khởi lên cũng tự động chấm dứt mà không cần bạn phải cố nghĩ hay không nghĩ. Cái mà bạn gọi là cơn giận hay niềm vui toàn là do bạn sản xuất với mãnh lực của tính chấp ngã, hậu quả của dục vọng ích kỷ. Khi vượt ngoài mọi ý tưởng bám víu thì những tư tưởng kia sẽ tự động tan biến. Sự biến mất ấy chính là cái Bất diệt. Và cái bất diệt chính là Tâm Phật bất sinh.

Tóm lại, điều chính yếu là luôn luôn nhớ đến Tâm Phật bất sinh, không hầm nấu những tư tưởng này nọ trên cái nền Bất sinh ấy, nghĩa là bám lấy những gì bạn gặp phải và đổi cái tâm Phật thành ra những ý tưởng. Khi bạn không bị lay chuyển, thì không tư tưởng nào còn khởi lên dù tốt hay xấu và do đó cũng không cần gì phải diệt. Như thế có phải là bạn không tạo tác cũng không hủy diệt hay chăng? Đấy không gì khác hơn là cái Tâm Phật bất sinh bất diệt đó vậy. Hãy hiểu rõ điều này.

NỔI GIẬN

Sáng hôm nay tôi thấy giảng đường chúng ta còn đông đúc hơn thường lệ, vậy có lẽ khá nhiều người trong đây chưa nghe những gì tôi vừa nói. Tất cả những người đã nghe thì ngang đây xin rời chỗ để nhường cho người chưa nghe.

Khi những người hiện diện đã đổi nhau và ngồi yên chỗ, có một người nêu lên vấn đề xin hỏi Sư như sau.

Trong những bài giảng của ngài, ngài luôn dạy rằng do tập tành những thói xấu ở đời mà chúng ta đổi tâm Phật thành ra những ý tưởng xấu ác. Khi nghe ngài, tôi cũng nhận thấy làm thế là bậy. Nhưng tôi là một thị dân làm nghề thương mãi, nên có khi những điều người ta nói làm cho tôi tức giận hay bực mình. Tự thâm tâm tôi không có ý xấu gì như giận dữ hay bực bội, nhưng người khác thường cứ khiến tôi nổi giận, như vợ con và tôi tớ. Sau khi nghe ngài giảng, tôi nhận ra làm vậy là sai quấy, và cố gắng bỏ thói giận dữ ấy đi. Nhưng những ý nghĩ tức giận vẫn cứ nổi lên trở lại, và cuối cùng đâu vẫn hoàn đấy. Vậy tôi phải làm sao để dứt sự giận dữ?

Sư trả lời: Sự thật là, bạn muốn nổi giận, nên bạn tự khiến cho mình điên tiết lên. Nếu ban đầu bạn không có một ý xấu nào, thì dù người khác có khiêu khích tới đâu, chắc chắn bạn cũng không nổi giận. Nhưng khi những cảm giác giận dữ bực bội đã thành hình trong tâm bạn, thì dù người khác không cố ý chọc giận, bạn vẫn bị lôi tuột đi bởi sức mạnh của chính ngã chấp nơi bạn, khiến bạn mất bình tĩnh và cả quyết mình không có gì sai quấy. Những ý tưởng của bạn tạo nghiệp ba ác đạo, trong khi cái tâm tu la ray rứt bạn. Đây là cỗ xe bằng lửa (CT. Xe chở người đi xuống địa ngục.ND) do cái tâm chấp ngã của bạn tự tác tự thọ.

Địa ngục, ngạ quỷ, súc sinh và a tu la không ngoài tâm bạn. Hơn nữa, nếu cố ý chấm dứt các ý tưởng khởi lên, đàn áp chúng, thì lại là thất sách. Cái tâm Phật bẩm sinh chỉ có một, không bao giờ phân hai. Thế nhưng khi bạn cố ngăn cho tư tưởng đừng khởi, thì tâm bạn bị tách làm hai phe, một bên là ý tưởng giận dữ và một bên là cái ý muốn chấm dứt cơn giận. Việc ấy cũng như bạn đuổi theo một người đang bỏ chạy, chỉ khác là ở đây bạn vừa là người bị theo đuổi vừa là người đuổi theo. Lấy một ví dụ khác: khi bạn quét lá rụng mùa thu, lớp lá này quét xong lớp lá khác lại rụng xuống. Cũng thế, dù bạn ngăn được những ý giận ban đầu, nhưng cái ý sau đó để ngăn cản ý giận, lại khởi lên, cứ thế không bao giờ dứt. Bởi thế cái ý muốn chấm dứt tư tưởng là sai lầm. Sự tình là thế nên khi bạn không còn quan tâm đến những ý tưởng, đừng cố chấm dứt hay không chấm dứt, thì đấy là tâm Phật Bất sinh. Đó là điều tôi đã nói vừa rồi một cách chi tiết.

Mù lòa và cái bất sinh

Một người đàn bà mù nói với Sư: "Con nghe nói người nào thân thể bất túc không thành Phật được. Thầy cũng thấy con bị mù, cả đến hình tượng Phật con cũng chưa được lễ bái. Con nghĩ mình sinh làm người không ích lợi gì cả, có lẽ khi chết con sẽ rơi vào cõi xấu. Có cách gì cho người mù cũng tu thành Phật được, xin ngài chỉ giáo cho con."

Sư đáp: Người ta có nói như thế thực, nhưng trong cái Bất sinh mà tôi nói, thì không có phân biệt giữa bất túc và không bất túc (tàn tật). Dù bà có bị mù, thì tâm Phật vẫn không có gì khác, đừng hoài nghi. Chỉ cần loại trừ tham sân si, nhận chân những gì tôi đã nói, luôn an trú trong Tâm Phật Bất sinh, thì bà sẽ thành Phật ngay đời này.

Có một bà mù khác ở Aboshi cũng hỏi tôi như vậy, và khi tôi nói cho bà ta nghe những gì tôi nói với bà vừa rồi, bà ấy đã hiểu rõ một cách rốt ráo và từ đó về sau bà hoàn toàn thay đổi, để cao cái Bất sinh, và cứ nói với tôi: "Nhờ thầy giảng, bây giờ con đã hiểu vài phân về sự kiện quả thực con chưa từng sinh ra. Con cám ơn thầy xiết bao. Nếu mắt con không mù, thì có lẽ bất cứ gì con trông thấy cũng khởi động những tư tưởng tham lam chấp đắm trong tâm con, khiến con quen thói bám víu ràng buộc, thì làm sao mà xuất hiện được niềm tin này? Điều lạ lùng, chính nhờ mù lòa mà con có thể thấy được những xấu tốt của cuộc đời, mà không sinh tâm bám víu, và khi nghe ngài giảng con liền có thể đặt mình vào trong Bất sinh. Đấy hoàn toàn nhờ sự mù lòa của con vậy".

"Bà ta là một người có tín căn như thế. Vậy bà cũng nên hiểu rõ điều này, thì sự tu hành của bà có lẽ sẽ tiến bộ suông sẻ hơn một người sáng mắt".

Khi Sư giảng xong, người đàn bà mù này cũng sung sướng kêu lên: "Kỳ diệu thay, thật kỳ diệu thay."

Nghe nói rằng nhờ tin chắc vào lời dạy của Sư, bà hoàn toàn thực chứng cái Tâm Phật Bất sinh, và không còn nghi ngờ gì nữa rằng ngay cả một kẻ tật nguyền cũng thành Phật được.

PHẦN HAI

NÓI CHO PHỤ NỮ

Tôi thấy trong giảng đường hôm nay cũng có nhiều người nữ đến nghe pháp. Phụ nữ thường dễ nổi giận, dễ khuấy động si mê vì những chuyện tầm thường. Bây giờ tôi sẽ nói cho các bà, nhưng ai cũng có thể nghe vì những gì tôi sắp nói chắc chắn cũng quen thuộc với tất cả mọi người. Vậy hãy chú ý lắng nghe.

Phần đông các bà bận rộn về công việc may vá. Khi một bà trong đây đang may một cái áo kimono hay bất cứ gì, mà có người nào đến - tỉ dụ người vú em - thì có lẽ bà sẽ khởi sự trò chuyện trong khi vẫn tiếp tục may. Việc may vá không trở ngại câu chuyện - không phải vì bận may vá mà bà không nghe người kia nói gì; và sự trò chuyện cũng không cản trở việc may vá, khiến cho bà phải ngừng kim. Không bỏ dở công việc, bà có thể nghe và trả lời thích đáng - vừa khâu vừa nghe vừa nói, không bỏ sót một điều gì. Có phải chính vì cái Tâm Phật chiếu sáng kỳ diệu nơi bà vốn bất sinh, nên bà có thể làm đồng lúc tất cả mọi sự? Ngược lại, giá dụ trong lúc may vá hay dệt cửi, mà lỡ ra chỉ đứt, kim sút, hoặc bà may sai một mũi kim, bất cứ là do nguyên nhân gì, ngay lúc đó bà bỗng mất kiên nhẫn và đùng đùng nổi giận. Thật là hết sức điên rồ, phải không? Làm sao bà may hay dệt cho đàng hoàng được nếu bà tự làm cho bà nổi giận? Nếu bà quen cái thói mất bình tĩnh như thế, thì hậu quả duy nhất là kim càng gãy nhiều hơn, chỉ càng đứt thêm nữa.

Nếu nhờ bà nổi giận trong khi làm việc mà công việc hoàn tất tốt đẹp, không nổi giận thì công việc bị đình trệ, thì cũng nên cứ việc nổi sân lên mỗi khi cần làm bất cứ việc gì. Nhưng sự tình xảy ra lại không phải thế: khi làm việc mà nổi giận thì không xong gì cả, và ngược lại, khi bà không nổi xùng mà vui vẻ, có tâm trạng quân bình, thì chắc chắn công việc của bà sẽ trôi chảy nhịp nhàng. Dù bà có cả quyết rằng nhờ sân si mới xong việc, thì bà chỉ có được một việc duy nhất là đổi cái Tâm Phật đồng nhất trong bà thành ra một con quỷ chiến đấu trong khi bà làm bất cứ gì. Bởi thế đối với tôi, dường như sự nổi giận, đổi cái Tâm Phật bất sinh thành một quỷ a tu la gây chiến, là việc hoàn toàn vô ích. Khi bà nổi giận vì những chuyện không ra gì, trở thành mê muội, tức bà đã đổi cái tâm Phật của bà thành a tu la, súc sinh, ngạ quỷ... luân hồi qua đủ thứ ác đạo. Bởi thế mà tôi khuyên quý bà nên nghe cho kỹ.

Có bà nuôi người ăn kẻ làm trong nhà, nuôi nhiều tôi trai tớ gái để sai vặt. Giả sử một trong những tôi tớ ấy lỡ vô ý làm vỡ một đồ gia dụng quý giá, như một chén uống trà chẳng hạn, thì mặc dù không đáng gì để làm ầm lên, bà chủ vẫn hầm hầm nổi tam bành lục tặc mà đay nghiến chúng một cách vô lý, làm như là chúng cố ý đánh vỡ không bằng. Dù một tách trà có quý giá bao nhiêu, đã lỡ bể rồi thì bà cũng không làm gì được. Thế mà vì dục vọng ích kỷ, bà lại vội vàng chuyển cái tâm Phật quý báu bẩm sinh thành ra một con quỷ hung dữ. Có phải việc ấy còn thiếu ý thức hơn cả việc đánh vỡ một cái chén tách hay không? Bà luôn luôn có thể mua một cái tách khác để thay thế. Lại nữa, uống trà với cái tách mua ở Nhật hay tách mua từ Triều tiên thì hương vị trà cũng không vì thế mà đổi khác, bà vẫn có thể thưởng thức trà được như thường. Nhưng một khi bà đã khuấy động sự giận dữ lên, thì không thể có sự vãn hồi được nữa.

Khi quý vị đã rõ sự việc về tách trà, thì với mọi vấn đề khác cũng vậy, không nên cứ nhai đi nhai lại mãi trong tâm mình về những rủi ro để tức giận và biến mình thành a tu la hung dữ, hoặc thành súc sinh ngu muội, hoặc thành quỷ đói vì dục vọng ích kỷ... Muốn vậy chỉ cần an trú tự nhiên trong tâm Phật bất sinh. Khi đã nhận chân sự quý báu của Tâm ấy, thì dù muốn dù không, quý vị cũng tự thấy mình an trú trong Bất sinh.

Điều tôi nói với quý vị về việc không nên đổi cái Tâm Phật có sẵn nơi quý vị thành ba độc tham sân si, là điều vô cùng quan trọng. Hãy học kỹ điều ấy, và rán đừng đổi cái Tâm Phật bất sinh thành ra bất cứ gì khác.

U GIÀ Ở SANUKI

Tôi sẽ kể cho quý vị nghe một chuyện liên hệ đến vấn đề này. Lúc tôi giảng ở Marugame thuộc tỉnh thành Sanuki, một đám rất đông người trong thành phố kéo đến nghe, trong đó có phu nhân của một hiệp sĩ cận vệ quan lớn đến cùng với nữ tỳ và u già. Về sau, bà phu nhân cùng u già đến nói với tôi: "Trước đây, u già của tôi thường rất nóng tính, động một tí cũng nổi tam bành. Nhưng từ khi được nghe ngài giảng, đã khá lâu bà chưa lần nào nổi cơn giận dữ như trước. Hơn nữa, bà lại chỉ nói toàn những lời hay lẽ phải và không bao giờ để ý đến những chuyện phù phiếm. Tóm lại là chính tôi bây giờ còn phải cảm thấy hổ thẹn với u già này. Rõ ràng bà ấy đã thấm nhuần được giáo huấn của ngài, và tôi tin rằng chính nhờ ngài mà được như thế, nên chúng tôi hết sức mang ơn."

Ngay cả về sau, mỗi khi có dịp, mọi người cũng cho tôi biết u già ấy không bao giờ rơi vào giận dữ mê si nữa.

Cái Tâm Phật mà tôi thường nói, vốn bất sinh và chiếu sáng kỳ diệu, cho nên người nào để cho Bất sinh giải quyết mọi sự , nơi người nào mà Bất sinh vận hành một cách tự nhiên, thì người ấy sẽ mở được con mắt sáng để thấy rõ tâm người và để nhận ra một cách rốt ráo rằng mọi người đều là một vị Phật đang sống. Khi ấy thì, giống như u già kia, họ không còn bị si mê lầm lạc vì nhận ra sự quý báu của Tâm Phật. Chính vì không nhận ra sự quý báu của Tâm Phật nên quý vị nổi tham nổi sân vì những chuyện vụn vặt, và do đó vẫn làm những con người mê muội. Chỉ cần đừng tạo ra mê lầm, thì quý vị sẽ an trú trong diệu dụng chiếu sáng của Phật tâm.

KHÔNG DÍNH GÌ ĐẾN QUY LUẬT

Đó là lý do tôi luôn luôn nói với mọi người: Hãy an trú trong Tâm Phật bất sinh, ngoài ra không cần làm gì khác. Ngoài việc ấy ra, tôi không đặt ra một bảng quy luật nào đặc biệt bắt mọi người phải tuân hành. (CT. tức Thanh quy, bảng ghi những quy luật mà các thiền viện thường có, bắt thiền sinh phải tuân theo khi gia nhập. ND) Tuy nhiên, vì mọi người đã tụ họp lại với quyết định hành thiền mười hai cây hương mỗi ngày, tôi bảo họ cứ việc làm theo ý muốn hành thiền 12 cây hương. Nhưng cái Tâm Phật bất sinh không phải là chuyện những que hương. Khi quý vị an trú trong Tâm Phật, không bị mê muội, thì không cần tìm giác ngộ ở bên ngoài, khi ấy quý vị chỉ cần ngồi trong tâm Phật, đứng trong tâm Phật, ngủ trong tâm Phật, thức dậy trong tâm Phật - an trú trong tâm Phật, thì trong mọi sinh hoạt hàng ngày, quý vị làm gì cũng là như Phật làm.

Còn về tọa thiền, thì tọa (ngồi) chính là tâm Phật đang ngồi một cách thoải mái, thiền cũng chỉ là một tên khác của Tâm Phật. Khi tâm Phật được an vị một cách ung dung thì đó là ý nghĩa của tọa thiền. Bởi thế khi quý vị an trú Bất sinh, thì tất cả các thời đều là tọa thiền, không phải chỉ trong lúc chính thức thực hành thiền định mới gọi là tọa thiền. Dù trong lúc ngồi thiền, nếu có chuyện cần đi về, thì cứ việc đứng lên đi về. Bởi thế trong nhóm này, mọi người được tự do làm theo ý muốn. Chỉ cần luôn an trú thoải mái trong Tâm Phật là được. Quý vị không thể nào ngồi suốt từ sáng đến tối, vậy hãy làm một thời thiền hành. Cũng không thể đi mãi, vậy hãy ngồi xuống một thời thiền tọa . Quý vị không thể ngủ mãi, vậy hãy trở dậy; không thể cứ nói chuyện luôn mồm, vậy hãy hành thiền. Nhưng điều này không dính dấp gì tới quy luật.

PHƯƠNG TIỆN

Những thiền sư ngày nay phần đông đều dạy người bằng cách lập ra thanh quy hoặc sử dụng các phương tiện. Vì tin rằng không thể giảng dạy được nếu không nhờ phương tiện, nên họ không thể giảng dạy bằng cách trực chỉ vào ngay việc trước mắt. Dạy kiểu ấy thì hóa ra là thiền phương tiện.

Lại có những thiền sư dạy đệ tử rằng họ sẽ không được cái gì nếu không gom thành một khối nghi lớn để phá vỡ. Họ không dạy người ta an trú trong Tâm Phật bất sinh, mà cứ bắt người không có hoài nghi cũng phải nặn cho ra một khối nghi, thế là khiến họ đổi cái tâm Phật thành một khối nghi. Quả là việc làm lầm lẫn, phải thế không?

NÓI GIẢN DỊ

Ở Trung quốc ta cũng gặp chuyện tương tự. Như quý vị có thể thấy trong các ngữ lục mang từ Trung quốc sang, tại đấy giáo lý chân chính về cái Bất sinh từ lâu đã mai một, nên ngày nay ngay tại Trung quốc cũng không tìm đâu ra những con người của Bất sinh. Chính vì vậy mà không có ngữ lục nào được mang đến Nhật nói về Tâm Phật bất sinh cả.

Lúc còn trẻ vì cố khám phá Tâm Phật, nên tôi cũng đã làm một việc sai lầm là tham dự những vấn đáp dùng văn tự của Tàu. Nhưng về sau, khi đạt đến sự hiểu biết chân chính, tôi đã dẹp bỏ. Người Nhật nên đặt những câu hỏi thích hợp với người Nhật, sử dụng ngôn ngữ thông thường của mình. Vì người Nhật không thạo Hoa ngữ nên nếu vấn đáp mà sử dụng Hoa ngữ thì họ không thể nào hỏi cho thấu đáo như họ muốn. Khi đặt câu hỏi bằng tiếng mẹ đẻ thì có thể hỏi bất cứ vấn đề gì. Bởi thế, thay vì vòng vo tam quốc cố đặt cho được một câu hỏi bằng Hoa ngữ khó hiểu, sao bằng hỏi thẳng tiếng mẹ đẻ cho khỏi nhọc công. Nếu có hoàn cảnh nào mà bạn không thể thực chứng được Pháp nếu không dùng Hoa ngữ để đặt câu hỏi, thì sử dụng Hoa ngữ là có lý. Nhưng khi bạn có thể đặt câu hỏi bằng tiếng mẹ đẻ mà vẫn được việc, thì sự sử dụng Hoa ngữ rắc rối để hỏi quả là một cách làm bất thông. Bởi vậy, tất cả quý vị hãy ghi nhớ điều này, gặp bất cứ vấn đề gì, quý vị cứ việc xử lý nó một cách êm thấm bằng cách dùng ngôn ngữ thông thường để hỏi.

Lý do những tu sĩ Nhật bản cứ dùng những từ Hoa ngữ rắc rối để dạy người đời vốn không rành Hoa ngữ, là vì chính bản thân họ cũng chưa giải quyết xong vấn đề Tâm Phật bất sinh, nên họ tránh né những câu hỏi của người ta bằng cách sử dụng Hoa ngữ mà người thế tục khó hiểu được. Lại nữa, những từ ngữ rắc rối này chẳng qua chỉ là cặn bã của các vị tổ sư Trung quốc.

Hồi còn trẻ, tôi đã quyết định thế nào cũng phải chứng ngộ được cái Tâm Phật chiếu diệu, nên đã lang thang khắp chốn, gõ cửa nhiều vị thầy, nhưng ngay cả thuở ấy tôi cũng hỏi họ bằng ngôn ngữ thông thường, mà vẫn có thể hoàn toàn được việc, khiến họ hiểu tôi một cách dễ dàng. Bởi thế, mặc dù có một thời tôi cũng đã thử vấn đáp theo kiểu thiền "xổ nho" ấy, cuối cùng tôi đã gạt bỏ vì vô ích. Thực may, tôi không thuộc hạng đa văn học giả gì đặc biệt, nên tôi đã không tiếp tục đeo đẳng kiểu vấn đáp ấy.

BỆNH VÀ TÂM PHẬT

Với ý định duy nhất là khám phá Tâm Phật, tôi đã phấn đấu không kết quả, lang thang khắp nơi một cách vô vọng. Rốt cuộc tôi ngã bệnh và phải liệt giường một thời gian dài, nên tôi cũng đâm ra biết khá nhiều về chuyện đau ốm bệnh tật. Đã sinh ra ở đời, có một thân xác, thì đương nhiên phải có lúc gặp bệnh. Nhưng khi đã rốt ráo ngộ được Tâm Phật bất sinh, thì bạn không buồn vì những nỗi khổ của bệnh, bạn phân biệt rõ bệnh là bệnh, khổ là khổ. Là vì Tâm Phật - vốn từ khởi thủy đã bất sinh - không dính dấp gì đến vui hay khổ, vì cái bất sinh vượt ngoài tư tưởng. Chỉ khi tư tưởng sinh khởi thì bạn mới cảm nghiệm khổ và vui. Tâm Phật không vướng vào bệnh mà vẫn ở trong Bất sinh, nên không tạo ra khổ. Nếu Bất sinh có sinh ra tư tưởng, thì không cách nào bạn khỏi tạo đau khổ, bám vào bệnh và thay đổi cái Tâm Phật. Nhưng sự thật không phải vậy. Ngay cả những khổ liên tục của chúng sinh địa ngục cũng thế, không dính gì đến tâm Phật bất sinh (nên mới có thể giải thoát giác ngộ thành Phật - ND.)

Vì vướng cái khổ bám víu cơn bệnh, bạn khởi sự nghĩ đủ thứ, như "sao đến bây giờ tôi vẫn chưa bình phục, hay vì không đúng thuốc, vì gặp y sĩ tồi..." Khi bám lấy hi vọng khỏi bệnh, là bạn chuyển cái Tâm Phật thành những ý tưởng lo âu, làm cho cơn bệnh ám ảnh tâm trí bạn lại còn nặng hơn thân bệnh. Nó như thể là bạn theo đuổi một cái gì đang chạy trốn. Ngay dù lúc ấy cơn bệnh thể xác có giảm dần, song tâm bệnh - tức lòng nôn nóng khỏi bệnh - lại tăng. Đó là ý nghĩa của sự bám víu cơn bệnh và tự làm cho bạn khổ.

Nhưng nếu có người nào bảo rằng họ có thể chịu đựng không những bệnh tật, mà bất cứ nỗi khổ nào cũng không đau đớn, thì kẻ ấy nói láo, chưa hiểu thấu cái công năng chiếu sáng kỳ diệu của Tâm Phật. Nếu có ai nói mình hoàn toàn không cảm thấy đau đớn gì cả, thì tôi e kẻ ấy không phân biệt được đau và không đau. Không cảm thấy đau là điều không có. Vì Tâm Phật vốn sẵn đặc tính chiếu sáng kỳ diệu, nên không những bệnh tật mà bất cứ gì hiện hữu, tâm ấy đều có thể nhận ra và phân biệt rõ ràng. Vì vậy cho nên khi đối diện với nỗi đau của cơn bệnh, nếu bạn không bị vướng vào đấy, mắc kẹt trong ấy, thì không có gì là bạn không thể chịu đựng. Bởi thế hãy cứ đi cùng với cơn bệnh, và nếu cảm thấy đau đớn, thì cứ việc rên. Nhưng dù có bệnh hay không bệnh, hãy luôn luôn an trú trong Tâm Phật bất sinh.

Nhưng nếu vì phản ứng lại với những nỗi khổ của bệnh mà bạn vướng vào tư tưởng, thì ngoài cái đau của cơn bệnh, bạn rước thêm nỗi khổ "đổi Tâm Phật thành ý tưởng". Cái gì nguyên ủy vốn không tư tưởng, đó là Tâm Phật bất sinh. Không nhận ra bản chất tâm Phật là Bất sinh, bạn phải khổ vì đổi tâm Phật thành ý tưởng. Khi ấy dù có rêu rao mình không đau, cũng chỉ là một quan niệm dựa trên tư tưởng. Thế là bạn tuyệt nhiên chưa thoát khổ. Còn khởi lên ý tưởng là chứng tỏ bạn đang chịu khổ sinh tử vì không nhận chân rốt ráo Tâm Phật vốn siêu việt sinh tử.

TỰ TẠI TRONG SỐNG CHẾT

Khi bàn đến vấn đề tự tại với sống chết, người ta thường dễ hiểu lầm. Có những người công bố trước ngày giờ họ sẽ chết, rồi đến lúc ấy, không đau ốm gì họ lăn ra chết thực; hoặc đôi khi triển hạn qua ngày khác mới chết. Rất nhiều người xem đấy là tự tại trong việc sống chết. Tôi không phủ nhận điều đó. Nói về tự tại, thì những người ấy quả là tự tại kinh khủng! Nhưng những chuyện như thế chỉ là do năng lực khổ hạnh nơi họ, và thường họ chưa mở được con mắt tuệ (CT. Tuệ nhãn hay Pháp nhãn của bồ tát để thấy rõ thực chất mọi sự vật và để cứu độ hữu tình. ND). Ngay trong số những người thường, ta cũng thấy những trường hợp biết trước cái chết như vậy, trong khi họ chưa mở khai đạo nhãn. Tôi không chấp nhận điều này. Con người của Bất sinh thì siêu việt cả sống chết.

Bây giờ, có lẽ quý vị đang tự hỏi siêu việt sống chết là thế nào. Cái gì đã bất sinh thì bất diệt, và cái gì bất diệt thì không chết, nên gọi là siêu việt sinh tử. Vậy một người tự tại trước sống chết theo tôi, là một con người khi chết không bận tâm về chuyện sống chết. Hơn nữa, vấn đề sống chết vẫn xảy ra hàng ngày với chúng ta, không phải đợi đến lúc ta chạm mặt với cái chết thực sự mới gọi là chết. Một người tự tại trong sinh tử là người không bao giờ bận tâm đến sống chết, vì biết khi còn được sống thì cứ sống, khi đến thời chết thì cứ chết, dù chết ngay bây giờ cũng được, cái chuyện lúc nào chết không quan trọng lắm. Người như thế cũng là người đã rốt ráo thực chứng cái Tâm Phật bất sinh chiếu sáng kỳ diệu. Cứ nói và suy nghĩ về những chuyện vặt vãnh như bạn sẽ chết vào giờ ngày nào, quả thực là tâm lý hẹp hòi, phải vậy không?

Rồi lại có ý nghĩ cho rằng "sinh tử là niết bàn", đây cũng lại là một cái gì vẫn còn ràng buộc với sinh tử. Ai cũng biết cảnh giới của sinh tử không khác gì cảnh giới của niết bàn. Cái lý do người ta phải nói lên như vậy là vì họ không thực chứng cái Tâm Phật mà mọi người bẩm sinh đã có và hiện tại đang giải quyết mọi sự với Bất sinh. Bị bao phủ, gói kín trong danh tự chữ nghĩa, họ cứ lang thang tìm khắp nơi cái sinh tử và niết bàn ở bên ngoài, đổi cái Tâm Phật bất sinh của họ để lấy những khái niệm về sống chết và niết bàn, khiến họ tối ngày cứ lẩn quẩn trong lĩnh vực sinh tử không có giây phút nào bình yên. Nghĩ thật đáng thương xót.

Vì Tâm Phật đang dàn xếp mọi sự một cách hoàn toàn ổn thỏa với cái Bất sinh, nên nó không cần biết đến sinh tử hay niết bàn. Từ vị trí Bất sinh, thì sinh tử và niết bàn cũng chỉ là một mớ tư duy trống rỗng. Nên ngay cả một người mới hôm nào vẫn ngụp lặn trong sinh diệt, mà hôm nay nhận ra mình đã lầm, từ đó không còn đổi cái Tâm Phật bất sinh thành ra ba độc (tham sân si) hay vướng vào sinh tử niết bàn nữa, thì người ấy cũng sẽ an trú trong Tâm Phật bất sinh. Khi ấy, lúc các yếu tố làm nên thân xác của mình đã đến thời tan rã, họ cứ để cho nó tan rã, và chết không chút lưu luyến. Đây là một con người mà đối với họ sinh tử là niết bàn, một con người tự tại trước sống chết.

Bản lai diện mục (mặt mũi xưa nay)

Cái được gọi là bản lai diện mục cũng không khác gì Tâm Phật bất sinh. Cái mà bạn thừa hưởng của cha mẹ [1] từ lúc mới sinh chỉ là Tâm Phật bất sinh, không gì khác. Đây là từ ngữ mà một bậc thầy ngày xưa đã đặt ra cốt làm cho người học nhận ra rằng Tâm Phật bất sinh chính là mặt mũi nguyên ủy của mình, hay bản lai diện mục. Ngay danh từ cha hay mẹ cũng là những gì đặt cho cái đã sinh ra. Con người thực chứng được Tâm Phật thì ở tận ngọn nguồn của cha và mẹ, đó là lý do ta nói đến một cái "hiện hữu trước cả khi cha và mẹ ra đời". Cái đó không gì khác hơn là cái Bất sinh; bởi thế Tâm Phật cũng chính là Bản lai diện mục của bạn...

NHỮNG LỐI VÀO

Bây giờ nói về Ba quy y thì: về Phật, chúng ta nương tựa một vị Phật do mình chọn, về Pháp, ta nương tựa một pháp đặc biệt, về Tăng, ta nương tựa một đoàn thể đặc biệt nào đó. Tất cả gì tôi nói cho mọi người chỉ là Tâm Phật, vì lý do đó tôi không cần hạn cuộc vào một tông phái nào cả. Mỗi tông phái lập thuyết một cách khác nhau để dạy người, nhưng lý do duy nhất để thiết lập những giáo lý ấy là cốt làm cho người ta trực nhận được cái họ có sẵn từ lúc cha mẹ sinh ra, đó là Tâm Phật. Bởi thế, nói đến sự thiết lập những tông phái khác nhau, thì vì tất cả đều là những lối vào Tâm Phật, nên ta gọi các tông phái là những "lối vào giáo lý."

Quý vị tăng sĩ từ khắp nơi tụ họp lại đây trong kỳ kiết thất này có lẽ thuộc nhiều tông phái. Khi nghe tôi giảng, có những vị sẽ xác nhận lời tôi nói đúng. Nhưng cũng có nhiều vị không đồng ý, và với những vị ấy, miễn sao họ không thối thất đức tin, thì tôi chắc có một ngày nào đó họ sẽ hiểu ra. Khi ngày ấy đến, chắc những vị ấy sẽ nhớ lại tôi, vậy quý vị nên nghe kỹ những gì hôm nay tôi nói.

THỰC HÀNH LÀ KHÓ

Ngay cả trong số những người chấp nhận lời tôi nói, có những người chỉ giảng dạy Bất sinh ngoài lỗ miệng. Họ không thường xuyên an trú Bất sinh, mà chỉ có một lý giải về Bất sinh trên bình diện tri thức. Hiểu Bất sinh bằng tri thức thì chỉ là tư duy trống rỗng, không thể nói người nào hiểu Bất sinh là đã thực chứng Bất sinh một cách triệt để. Nói đúng ra, loại hiểu biết ấy thực vô giá trị, dù có đem giảng dạy cho người khác họ cũng sẽ không nhận ra được Bất sinh. Và lý do họ không nhận ra, là vì trước hết, chính bạn đã không để cho Tâm Phật bất sinh chiếu sáng kỳ diệu vận hành liên tục trong bạn vào mọi thời, mọi việc. Bản thân bạn không thực hành, mà chỉ dạy những gì bạn biết bằng tri thức, thì không cách gì người khác sẽ nhận ra được Bất sinh. Nếu bạn không thực chứng lời dạy của tôi, không thực hành, không làm cho hiển lộ pháp ấy trong tâm bạn, mà chỉ giảng dạy cho người khác những gì bạn biết bằng tri thức, thì người nghe không thể nào hiểu được. Việc này cuối cùng chỉ đưa tới sự hủy báng Pháp. Bởi thế, mặc dù thỉnh thoảng có xuất hiện vài người "chứng" được chút đỉnh, nhưng chưa có ai hành theo chỗ chứng của mình trong mọi công việc, ngay tại đây và bây giờ. Hiểu là chuyện dễ, hành mới là khó.

QUẠ VÀ CÒNG CỌC

Bởi thế mà, với những môn sinh thường trú trong chùa tôi, khi họ chưa mở được con Mắt tuệ, chưa có được con mắt thấy suốt tâm người, thì tôi cấm họ không được giảng dạy. Giảng dạy như thế chỉ là bắt chước hay nhại lại lời tôi. Như tục ngữ nói, khi con quạ cố bắt chước con còng cọc, thì cái màu đen của nó có giống, nhưng lúc thả vào nước, quạ lại không lội được như còng cọc. Cũng hệt như thế, những người học theo cách nói của tôi có thể nói về Tâm Phật bất sinh nơi lỗ miệng, nhưng vì con mắt Tuệ nơi họ chưa mở ra để thấy được diệu dụng chiếu sáng của Tâm Phật, và do đó cũng không có con mắt thấy suốt tâm người, nên khi bị người ta đặt câu hỏi, họ tự thấy mình líu lưỡi, không thể trả lời trôi chảy được. Đấy chẳng khác nào con quạ bị thả xuống nước không lội tung tăng được như còng cọc. Vì thế tôi tuyệt đối cấm các môn sinh giảng dạy. Vì chưa chứng được Bất sinh thì người ta chỉ đứng trên bình diện kiến văn giác tri (giới hạn trong cái biết của sáu giác quan. ND), đổi Tâm Phật thành ra những khái niệm. Đây gọi là vọng tưởng.

ĐỂ MẶC KỆ

Lý do người ta thường lầm lẫn tư tưởng (thoughts) với vọng tưởng (delusions) là vì họ tưởng tượng tư tưởng hiện hữu ở dưới đáy rồi từ đó trồi lên, nhưng tự nguyên ủy không có chất liệu nào dưới "đáy" từ đó tư tưởng khởi lên cả. Ngược lại, bạn lưu giữ những gì đã thấy nghe, rồi thỉnh thoảng, khi gặp hoàn cảnh, những ấn tượng về kinh nghiệm đã qua phản chiếu trở lại một cách chi tiết. Vậy, khi những cái bóng ấy được phản chiếu lại thì hãy để mặc kệ, đừng bám víu. Ngay cả khi những tư tưởng xấu hiện ra cũng vẫn mặc kệ đừng quan tâm đến, thì chúng sẽ phải tự động chấm dứt. Có phải lúc ấy cũng như chúng chưa từng sinh khởi? Như thế thì sẽ không còn một tư tưởng xấu nào để bạn hì hục xua đuổi, hoặc để bạn ray rứt vì đã dung túng.

Chính vì Tâm Phật có công năng chiếu sáng một cách kỳ diệu, nên những ấn tượng quá khứ phản chiếu lại trong tâm, mà bạn lầm gán cho chúng cái tên "vọng tưởng" trong khi chúng tuyệt đối chẳng có gì là vọng. Vọng tưởng hay mê muội có nghĩa là cái khổ về nỗi tư tưởng này làm mồi cho tư tưởng khác (tư niệm thực- ND). Thật điên rồ khi tạo ra cái khổ mê muội này bằng cách đổi cái tâm Phật quý báu của mình thành ra những "tơ tưởng" về điều này điều nọ, nghiền ngẫm nhâm nhi về những chuyện không có giá trị gì. Tôi chưa từng nghe thấy ai rốt cùng có thể thành đạt được cái gì nhờ tơ tưởng kiểu đó cả, vậy sự suy nghĩ lung tung quả thực là hoàn toàn vô ích, phải không? Việc chính yếu là luôn cẩn thận đừng khuấy động tư tưởng lên, để rồi chuyển cái Tâm Phật bất sinh thành ra quỷ chiến đấu, chúng sinh địa ngục, quỷ đói, súc sinh, và những thứ tương tự. Nếu làm thế, thì trong trăm ngàn kiếp bạn sẽ không còn cơ hội nào khác để được sinh làm người.

VỤ KIỆN

Tình cờ, liên hệ đến điều này tôi lại nhớ một chuyện tôi sẽ kể cho quý vị nghe đây. Tôi có một ngôi chùa, Fumonji (Phật môn tự , do lãnh chúa Matsuura Shigenobu thí chủ của Bankei xây năm 1685. Chùa Phật môn hiện nay nằm ở vị trí khác. ND) ở Hirado thuộc tỉnh Hizen (nay thuộc Nagasaki- ND). Năm ngoái, khi tôi giảng tại chùa ấy, có những người từ những vùng cách đó ba bốn lý (khoảng chừng 8-10km. ND) đến nghe. Lúc ấy trong vùng có hai chú cháu bất hòa đang thưa kiện nhau. Người chú đã đệ đơn chính thức khiếu nại với quan thẩm phán, cương quyết xin đưa nội vụ ra tòa, nhưng dù ngã ngũ ra sao, thì cũng thật là khó xử. Ngay cả quan tòa cũng bị thúc bách phải giải quyết vụ kiện, và quan đâm ra chán ngấy về toàn thể vụ này. Vụ án đã kéo dài ba năm mà vẫn bế tắc. Hai chú cháu không nhìn mặt nhau, dứt đường qua lại.

Một hôm người chú đến nghe tôi giảng, và dần dần tin tưởng

vào những gì ông đã nghe. Ông ta nói: "Thật thế, bấy lâu nay tôi không ngờ mình đã đổi cái Tâm Phật thừa hưởng của cha mẹ thành a tu la, địa ngục, súc sinh, ngạ quỷ. Thật không có một sự bất hiếu nào tệ hại hơn thế đối với cha mẹ mình. Lại nữa, một đứa cháu trai là người cùng huyết thống chứ đâu xa lạ gì. Thế mà chỉ vì dục vọng thấp kém, tôi đã vướng vào thói ích kỷ, tham lam mà bẩm sinh tôi không có. Sao tôi lại để mọi sự đi đến nông nỗi này - chú cháu hóa thành kẻ thù không đội trời chung, toan đành lao mình vào sinh tử luân hồi mãi mãi, chết và tái sinh trong ba ác đạo." Sau khi nghe pháp ông ta không về nhà mà đi thẳng đến quan thẩm phán, nói: "Tôi đã gây ra bao nhiêu phiền phức cho ngài trong vụ thưa kiện của tôi. Xin thành thực cảm ơn những gì ngài đã làm. Nhưng hôm nay lần đầu tiên đi nghe Hòa thượng Bankei giảng, tôi đã nhận ra lỗi lầm. Vì quá ích kỷ nhỏ nhen, không kể tiếng đời đàm tiếu, tôi đã đi thưa kiện chính cháu trai mình, không ngừng hối thúc tòa án. Thật là lòng tôi chỉ tràn ngập hận thù, tán tận lương tâm. Bây giờ khi nhận ra lỗi lầm của mình, tôi thật vô cùng xấu hổ. Sau khi nghe Thượng tọa Bankei giảng, quả thực tôi đã được cứu thoát, từ nay trở đi tôi xin bãi nại. Bởi thế tôi xin ngài cho tôi được rút lui hồ sơ tố tụng." Được lời như cởi tấm lòng, quan trả lại ngay đơn kiện, và thốt lời thán phục: "Quả thực, đạo đức của ngài không chỉ giới hạn trong đạo Phật, mà còn có thể dàn xếp êm thấm những chuyện ngoài đời và cả đến việc nhà nước. Về phần ông cũng thế, thật kỳ diệu thay ông đã ngộ được lời dạy của ngài mà tha thứ cho cháu trai ông và hủy bỏ vụ kiện." Với những lời ngợi khen ấy, quan tòa trả lại đơn kiện cho ông ta.

Sau khi bỏ tờ đơn vào trong áo, người chú đi đến nhà cháu trai mà ông không thèm nhìn mặt đã ba năm nay. Người cháu hết sức ngạc nhiên, nghĩ quái lạ, đã ba năm nay chú đưa đơn kiện mình, dứt tình chú cháu không hề qua lại, mà bây giờ lại đến thăm mình như thế. Tại sao? Thật khó tưởng tượng, chắc phải có chuyện gì đây. Anh ta nói: "Chào chú. Mời chú vào." Trong khi người cháu đang tự hỏi không biết chú sẽ nói gì, thì người chú lên tiếng: "Chú đến đây quả là chuyện lạ lùng, nhưng chú phải nói điều này với cháu: Cháu là cháu của chú, thế mà mặc dù đã già, chú vẫn cư xử thật trẻ con, đi khởi tố cháu, để dứt hết tình bà con đã ba năm trời. Hôm nay sau khi nghe bài giảng kỳ tuyệt của Thượng tọa Bankei, chú hết sức hổ thẹn về hành vi của chú. Thật chú đã không biết xấu hổ với người ngoài. Bây giờ chú hết sức hối hận, chú đến đây để xin lỗi cháu, vậy xin cháu hãy tha thứ cho chú những điều quấy mà chú đã làm. Để chứng tỏ với cháu từ nay chú không thưa kiện cháu nữa, chú đã đến quan để rút đơn về cho cháu an tâm. Cháu hãy xem đây." Nói xong ông lôi tờ đơn trong áo ra. Người cháu nói: "Thật là kỳ diệu. Chính cháu mới có lỗi vì cháu không biết kính trọng bề trên. Cháu đã phạm tội với trời đất, cháu hết sức ăn năn. Cháu không còn cha mẹ, đáng lẽ phải nghe lời chú mới phải đạo làm người. Dù chú dạy bảo gì đáng lẽ cháu cũng phải vâng lời mới phải đạo, thế mà cháu lại chống đối để chú phải đâm đơn kiện cháu ra tòa. Thật cháu đã hành xử không kể gì trời đất Phật thánh. Cháu còn biết trốn vào đâu khi về suối vàng gặp cha cháu. Xin chú tha lỗi cho cháu. Đáng lẽ cháu đi đến xin chú tha thứ mới phải. Thế mà chú lại đích thân đến đây, khiến cháu hổ thẹn biết chừng nào. Thật cháu xin đội ơn chú." Nói xong anh ta trào nước mắt khóc và tuyên bố: "Cháu hoàn toàn có lỗi, thưa chú. Xin chú thứ tha."

Người chú nói: "Không, không. Lỗi hoàn toàn ở chú, chính chú mới phải xin lỗi cháu. Cháu còn trẻ, người trẻ thì thói thường là hung hăng táo bạo bất kể tốt xấu thị phi, không cần biết đến dư luận. Thế mà chú lại đi chống đối với cháu, cho cháu là một kẻ khả ố thực sự, khiến cháu cũng tin chắc rằng chú đã tán tận lương tâm, cả hai chú cháu suýt nữa thì phải đọa vào luân hồi vĩnh viễn không ngày giải thoát, tội lỗi chất chồng! Thật chú hổ thẹn vô cùng khi nghĩ đến chuyện ấy."

Cả hai người ai cũng nhận lỗi về mình, và hàn gắn lại sự đổ vỡ từ ba năm qua. Người chú ở lại nhà cháu khá lâu, được đãi đằng hậu hĩ trước khi trở về nhà mình, và về sau, người cháu cũng y phục chỉnh tề đi thăm ông chú. Từ đấy họ còn tử tế với nhau hơn cả trước khi xảy ra vụ kiện. Chuyện như thế thực sự có thể xảy ra.

Những người chứng kiến sự hàn gắn giữa hai chú cháu rất ngạc nhiên cảm động. Những người ở các tỉnh thành lân cận khi nghe chuyện này, ai có đâm đơn kiện nhau cũng hồi tâm rút lại đơn khởi tố. Kết quả là tôi được nghe có đến mười bảy hồ sơ kiện tụng đệ lên tòa án đã được rút về.

Xét toàn thể vấn đề kiện tụng giữa hai chú cháu, ai cũng thấy thật là bi đát khi cả hai bên vì ngã chấp mà đã trở nên mù lòa không biết xấu hổ, không thấy được rằng mọi người đang khinh bỉ chê bai mình, trở thành đề tài cho mọi cuộc đàm tiếu. Dĩ nhiên khi đấy là chuyện kiện tụng của người nào khác thì bạn có thể bình luận phải quấy một cách trôi chảy, nhưng khi chính bạn là người trong cuộc thì thật không dễ gì! Vì dục vọng ích kỷ mà bạn gân cổ cãi cho được phần hơn về mình, đổi cái tâm Phật quý báu thành ra tham lam và rơi vào cõi ngạ quỷ - thật là việc làm bất hiếu nhất đối với cha mẹ đã sinh ra mình.

Tôi nói chuyện này với hy vọng nó sẽ là một bài học cho tất cả quý vị. Sự việc người chú đã hồi tâm sau khi nghe pháp cũng hoàn toàn do cái diệu dụng của tâm Phật quý báu mà tất cả mọi người đều có một cách bẩm sinh.

VÔ

Một vị tăng đến tham vấn Sư, thưa: Con nhận công án Vô của Triệu châu từ một thiền sư, và đã tham cứu nhiều năm nay rất chuyên cần, tập trung toàn lực, không bao giờ để nó rời khỏi tâm con dù trong lúc cử động tay chân, thế mà con vẫn chưa có thể giải được công án. Hơn nữa, ngay cả khi con gắng sức đến độ lâm bệnh một thời gian, cũng chẳng có gì xảy ra đáng nói. Rốt cuộc con chỉ thành một người bệnh, và sau một năm tròn kiệt sức vì bệnh, con đã bỏ tham công án ấy. Khi con chỉ để tâm như bầu trời trống rỗng, con cảm thấy khá thoải mái cả thể xác lẫn tinh thần, và dần dần phục hồi sức khỏe. Bây giờ, con không còn tham công án, nhưng trong lúc con không nghĩ là mình đã giải được nó, con lại thấy tâm con khá an ổn vì lúc nào cũng rỗng rang như bầu trời. Tuy vậy, con rất muốn được nghe ngài chỉ giáo.

Sư dạy: Dẹp công án Vô qua một bên và để tâm như bầu trời

trống rỗng cũng không tệ, vì ít nhất nó chứng tỏ bạn có năng lực tu tập. Nhưng đó chưa phải là rốt ráo.Vì bạn chưa chứng ngộ được Tâm Phật bất sinh, nên chưa thể dàn xếp êm thấm những công việc hàng ngày. Khi đổi Tâm Phật thành ra một cái gì "như bầu trời trống rỗng" là bạn đang làm lu mờ cái diệu dụng chiếu sáng của Phật tâm, kết quả là bạn thiếu con mắt tuệ để thấy suốt tâm người. Khi chưa mở con mắt tuệ để thấy suốt nhân tâm, thì bạn vẫn còn là một người mù. Tại sao thế? Tôi chắc rằng bạn hoàn toàn chưa thấy được tâm người khác.

- Thưa vâng, đúng như thế.

- Đương nhiên là vậy rồi. Hãy làm như tôi nói, xác chứng một cách triệt để những gì tôi nói đây. Khi bạn chấp nhận những gì bạn đã nghe, rồi thực chứng nó một cách thấu đáo, thì ngay tại chỗ, con mắt thấy suốt tâm người sẽ xuất hiện, bạn sẽ không còn lầm lẫn về bất cứ gì. Lúc ấy là lúc triệt ngộ về Pháp.

QUẠ KÊU QUÀ QUẠ, SẺ KÊU CHÍP CHÍP

Sư bảo chúng: Cũng như mọi ngày mỗi khi tôi ra giảng, hôm nay những con chim quạ cũng kêu quà quạ, chim sẻ kêu chíp chíp, còn tôi thì không có gì khác để nói. Nhưng khi quý vị thực sự nhận chân một tiếng Bất sinh duy nhất, thì sẽ thấy mọi sự đều được dàn xếp êm thấm. (Bankei ngụ ý rằng sự giảng giải về danh từ duy nhất này, "Bất sinh", cũng dai dẳng nơi Ngài như tiếng chiêm chiếp của sẻ và tiếng kêu của quạ - ND)

Chứng cớ là, trong khi tất cả quý vị quay cả về một phía chỉ cốt nghe tôi nói, tự hỏi lão Bankei sẽ nói cái gì, thì quý vị không cố tình nghe hay không nghe tiếng quạ kêu, sẻ chiêm chiếp ngoài sân. Thế nhưng khi chúng cất tiếng kêu là quý vị nhận ra ngay tiếng chim quạ, chim sẻ. Không những quạ hay sẻ, mà tất cả mọi thứ tại đây, khi quý vị nhìn nghe với cái Bất sinh, cũng đều đồng lúc phân biệt được rõ ràng cái nào ra cái ấy, như tiếng chuông tiếng trống... Cái sự bạn phân biệt được mọi thứ bạn thấy nghe như vậy một cách tự nhiên không cần khởi lên một ý tưởng nào cả, chính là công năng chiếu sáng kỳ diệu linh hoạt của Tâm Phật bất sinh.

HAI PHẦN BA
VỚI CÁI BẤT SINH

Nếu bạn chia ngày làm ba phần, bạn sẽ thấy rằng mọi hoạt động của bạn từ sáng đến tối, hết hai phần trong đó được thu xếp bởi Bất sinh. Thế mà không nhận ra điều ấy, bạn tưởng tượng mình làm việc toàn nhờ ở tài khôn lanh và sự phân biệt - quả là một sai lầm nghiêm trọng. Cái một phần ba (thời gian) còn lại, vì không thể trú trong Bất sinh, bạn đổi Tâm Phật của mình thành ra tư tưởng, bám lấy những gì bạn gặp, đến nỗi ngay trong đời này bạn cũng đang tạo ra những tu la, súc sinh, quỷ đói, và khi đời bạn chấm dứt, bạn rơi thẳng vào ba ác đạo. Tưởng rằng ba ác đạo này chỉ có sau khi bạn chết là lầm to.

TÌM SỰ GIÁC NGỘ

Rán sức tu hành, cố tọa thiền để được giác ngộ, đều sai. Không có gì khác nhau giữa tâm của chư Phật với cái phật tâm nơi mỗi con người. Mong cầu đạt giác ngộ là tạo ra một sự phân hai, thành ra có người giác ngộ và chân lý được giác ngộ (năng chứng, sở chứng). Khi còn đeo đẳng một chút nào cái ước muốn giác ngộ, thì lập tức đã giã từ cái Bất sinh, đi ngược lại Tâm Phật. Cái tâm Phật mà bạn có từ thuở sơ sinh ấy chỉ là một, không có hai hay ba.

KHÔNG CÓ MÊ VÀ NGỘ

Tất cả quý vị đều tưởng mình mới là Phật lần đầu tiên, song cái tâm Phật mà quý vị có từ lúc cha mẹ mới sinh vốn đã bất sinh, nên không có đầu cuối. Không thực có chút gì gọi là vô minh dù chỉ một tơ tóc. Vậy, hãy hiểu rõ rằng, không có gì khởi lên từ bên trong. Điều chính yếu là đừng vướng vào ngoại cảnh (tức là những gì có đối đãi, trong tâm cũng như ngoài tâm, như giác quan và đối tượng, hay cả nhữngcảm giác phát sinh do ý xúc. ND) Cái gì không vướng vào thế giới ngoại tại chính là Tâm Phật, và vì Tâm Phật chiếu sáng một cách kỳ diệu, nên khi bạn an trú trong Tâm Phật bản nhiên, thì không có mê hay ngộ. Khi an trú trong tâm bản nhiên ấy thì làm gì cũng là diệu dụng của Tâm Phật bất sinh. Nhưng nếu bạn có một chút nào nôn nóng muốn trở thành một con người siêu việt, thì ngay khi ấy, bạn đã đi ngược lại cái Bất sinh và bỏ xa nó ngàn dặm. Trong Tâm Phật, không có vui, buồn, giận...không bất cứ thứ gì, chỉ độc một Tâm Phật chiếu diệu và phân biệt được mọi sự.

Bởi thế, khi bạn phân biệt những sự vật bạn gặp phải trong thế giới bên ngoài - như vui buồn giận hay bất cứ gì dưới mặt trời - thì đó là công năng linh hoạt của Tâm Phật chiếu diệu ấy, cái Tâm Phật mà bạn có từ khởi thủy.

NƯỚC VÀ BĂNG

Vì cái Tâm Phật mỗi người sinh ra đã có vốn không do tạo tác mà thành, nên nó không chứa đựng một chút mê lầm nào hết trọi. Bởi thế, người nào bảo "tôi mê lầm, vì tôi là một con người không được giác ngộ" là một người con hết sức bất hiếu vì đã phỉ báng cha mẹ mình. Về cái Tâm Phật mà mỗi người có sẵn từ lúc cha mẹ mới sinh, thì chư Phật quá khứ và những con người hiện tại đều có cùng bản chất, không gì khác nhau. Việc ấy cũng như nước ở đại dương: Giữa mùa đông, nước đông lại thành băng giá nên có những hình thù khác nhau như vuông tròn, nhưng khi băng tan, thì tất cả chỉ là một thứ nước biển. Khi bạn ngộ được bản chất bất sinh của Tâm Phật, thì đó chính là nước như xưa nay nó vẫn là, và bạn có thể tha hồ thọc tay vào đó. (Nghĩa là, khi cái tâm trở về nguyên trạng của nó - như băng trở lại thành nước - thì nó trở nên lưu nhuận, trong suốt, không gì ngăn bít dòng chảy tự do của nó. Bankei ví cái tâm bị "đông cứng" thành những hình dạng đặc biệt cũng như nước đông lại thành băng ở trong một bình chứa, khi tan ra thành nước trở lại thì có thể thọc tay vào múc được. ND)

CHẤM DỨT TƯ TƯỞNG

Vì trong Tâm Phật bất sinh chiếu sáng kỳ diệu ấy vốn không có một chút thiên kiến nào, nên nó tha hồ thích ứng, mỗi khi gặp cảnh là những tư tưởng lại ló ra. Nếu bạn không quan tâm đến chúng thì không sao cả; nhưng nếu bạn vướng vào chúng và tiếp tục triển khai những ý tưởng ấy thì bạn không thể dừng lại. Khi ấy bạn làm mờ cái công năng chiếu diệu của tâm Phật và tạo nên si mê lầm lạc. Trái lại, vì từ khởi thủy, Tâm Phật vẫn chiếu sáng kỳ diệu, sẵn sàng soi sáng và phân biệt mọi thứ, nên khi bạn căm ghét những ý tưởng si mê đã khởi lên ấy, và cố ngăn chặn chúng, thì bạn bị vướng vào công việc ngăn chặn, tạo ra mâu thuẫn giữa người ngăn chặn (tức ý tưởng sau- ND) và cái bị ngăn chặn (ý tưởng trước-ND). Nếu bạn cố dùng ý tưởng để ngăn ý tưởng, thì sẽ không bao giờ đi đến cùng tận. Việc ấy cũng như dùng máu rửa máu, dù bạn tẩy được lớp máu trước, vẫn còn lại lớp máu sau.

GƯƠNG SÁNG

Vì tâm Phật vốn bất sinh và chiếu sáng kỳ diệu, nên nó ngàn vạn lần sáng hơn một tấm gương, không có cái gì mà tâm ấy không nhận ra và phân biệt được. Với một mặt gương, hình thể của vật nào vừa đi qua trước mặt thì liền có bóng hiện ra. Gương không có ý định nhận vào hay bỏ ra vật gì, cũng không định phản chiếu hay không phản chiếu một cái bóng nào. Đấy là công năng của gương sáng. Vì không có ví dụ nào tốt hơn nên chúng ta đành phải mượn tấm gương để ví với diệu dụng chiếu sáng của Tâm Phật, kỳ thực Tâm Phật còn ngàn vạn lần kỳ diệu hơn thế nữa.

Với công năng chiếu sáng kỳ diệu của tâm Phật, mọi đối tượng xuất hiện trước mắt bạn đều được nhận ra và phân biệt rành rẽ, bạn không cần phải làm bất cứ gì. Bởi thế mặc dù không cố ý, bạn vẫn nhận ra trăm ngàn ấn tượng khác nhau qua hình sắc hoặc âm thanh. Đấy là những vật thể có hình dáng. Nhưng ngay cả những thứ vô hình, như những gì xảy ra trong tâm người, cũng được phản chiếu rõ ràng. Dù bạn gặp nhiều gương mặt khác nhau đủ loại, những tư tưởng thiện hay ác của họ đều được phản chiếu nhờ tâm Phật chiếu sáng kỳ diệu. Ví dụ trong chúng hội đang nghe pháp tại đây, nếu có người ho lên, thì mặc dù bạn không cố ý lắng nghe, mà vừa khi có tiếng ho, bạn có thể phân biệt ngay tiếng ho ấy là của đàn ông hay đàn bà, già hay trẻ. Hoặc lấy ví dụ một người bạn đã hai mươi năm không gặp, nay tình cờ gặp lại trên đường, tự nhiên những biến cố thuộc hai mươi năm trước tuôn dậy rõ ràng trong ý thức. Việc này thật khác xa công năng của tấm gương!

LỬA NÓNG

Cái sự bạn nhận ra và phân biệt được ngay lập tức, một cách tự nhiên bất cứ gì bạn thấy và nghe, chính là công năng linh hoạt của tâm Phật mà bạn có được một cách bẩm sinh từ lúc mới lọt lòng, cái tâm Phật bất sinh và chiếu sáng kỳ diệu.

Một ví dụ khác về công năng bẩm sinh của tâm Phật là: khi bạn đang ngồi yên bỗng có ai dí vào tay một đóm lửa thì bạn giật mình, và tự động rụt tay lại. Điều này cũng chứng tỏ cái tâm Phật chiếu sáng kỳ diệu vốn bất sinh và dàn xếp một cách toàn hảo mọi sự. Ngược lại, khi bạn nghĩ "vừa rồi là một đóm lửa" rồi nhận ra "lửa nóng" và tức giận kẻ nào đã đốt bạn, thì chính bạn đã rơi vào lãnh vực của kinh nghiệm phụ thuộc sau khi sự kiện đã xảy ra.

HÃY NGU ĐI

Tôi thường bảo những người đến học với tôi và những người thường đến chùa: "hãy ngu đi". Bởi vì bạn đã có công năng linh động của tâm Phật chiếu sáng kỳ diệu, nên dù cho bạn dẹp bỏ trí phân biệt, bạn cũng không phải là người ngu. Bởi vậy tất cả các bạn từ nay về sau hãy ngu đi! Dẫu có ngu đần, khi đói bạn cũng biết xin cái gì để ăn, khi khát bạn cũng biết xin ít nước trà để uống, lúc nóng bạn biết mặc y phục mỏng, và lúc rét bạn cũng biết mặc thêm áo; bạn sẽ không quên thứ gì liên hệ đến sự sống hằng ngày. Nhưng với những người khôn lanh, thì chắc chắn có rất nhiều khuyết điểm. Cái mà tôi bảo "ngu" ở đây chính là vượt trên những người khôn lanh ấy, những người mà hầu hết thế gian đều rất kính nể. Thật cũng không hề hấn gì khi làm một kẻ ngu như vậy!

Khi nghe đồn về người nào khôn lanh, tôi thường yêu cầu gặp họ. Nhưng khi gặp được người ấy và có dịp nói chuyện với nhau, tôi có cảm giác rằng dường như mọi người trên thế gian đều ca tụng những chuyện điên rồ. Những người mà họ xem là khôn lanh trước hết đều bị mờ mắt vì chính sự khôn lanh của họ. Họ bóp méo tâm Phật và làm lu mờ diệu dụng chiếu sáng của nó, xem người khác không ra gì, nói ngược lại bất cứ những gì người ta nói, khinh thường và lăng nhục người khác. Dĩ nhiên vì những người bị họ lăng nhục cũng có tâm Phật chiếu sáng, nên nổi giận và phản công ngay, tuôn ra những lời nguyền rủa. Lý tưởng của con người chân chính là tử tế với người ngu và giúp đỡ những người xấu ác. Được thế gian công nhận là người tốt mới chính là điều làm cho sự sinh làm người là đáng đồng tiền bát gạo. Có hay ho gì khi bạn được tiếng là một con người khôn lanh mà xấu xa ác độc?

Bởi thế khi về nhà gặp lại những người quen biết, các bạn hãy làm sao cho họ ngạc nhiên về mình như sau: "Không biết thằng cha này đã nghe lão Bankei dạy những gì, mà bây giờ y còn ngu hơn trước!"

Cái ngu mà tôi nói đây không phải là cái ngu ngược lại với trí mà chính là cái ngu vượt trên cả trí và ngu.

HÚT THUỐC

Tôi biết đây là điều ngày nào tôi cũng lặp lại: đừng vướng vào những thói quen xấu. Thói quen xấu xảy ra khi các bạn bám lấy những gì người khác làm. Những điều này trở thành thâm căn cố đế đến nỗi bạn không thể xua đuổi chúng ra khỏi tâm mình, và cuối cùng trở thành những thói tệ.

Ví dụ hút thuốc: Có ai mới sinh ra đã biết hút thuốc đâu? Quả là không có. Khi trông thấy người khác hút, bạn bắt chước, rồi sự hút thuốc của bạn dần dần ăn sâu, trở thành một thói quen xấu. Ngay cả khi ở trước những nhân vật quan trọng, hoặc tại những nơi cấm hút thuốc, bạn vẫn bị thúc bách phải hút, đấy là vì bạn đã vướng vào tệ đoan quen phì phào thuốc lá. Hơn nữa, khi khát nước mà bạn hút thuốc cũng không thể đỡ khát, và khi đói, tôi cũng chưa nghe ai nói nhờ hút thuốc mà no được. Tuy nhiên, một khi bạn đã vướng vào bệnh ghiền thuốc thì nó trở thành một chuyện bạn không thể dứt được mặc dù hoàn toàn vô ích. Từ một ví dụ này, các bạn có thể hiểu mọi thói quen xấu khác. Bởi thế, dù trong những việc nhỏ nhặt cũng nên tránh tạo những thói quen xấu và tự làm cho bạn mê lầm.

KHÔNG CÓ GÌ
GỌI LÀ GIÁC NGỘ

Một vị tăng từ Sendai đến bảo: Tôi nhớ đâu đó có một thành ngữ rằng: "Tâm bị lụy vì hình hài." (một câu trong bài thơ danh tiếng của thi sĩ Đào Tiềm, 371-427, nhan đề Quy khứ lai hề, Hãy trở về - ND). Tôi mong sống hợp với tâm nguyên thủy vào mọi thời, nhưng làm sao tu tập để được như thế? Xin Ngài chỉ giáo cho.

Sư dạy: Trong tông phái tôi, không có hình thức chỉ giáo nào đặc biệt về pháp tu, cũng không có phương pháp đặc biệt nào. Vì người ta không nhận ra rằng ngay trong chính mình đã sẵn đủ cái tâm Phật mà họ có từ thuở sơ sinh, nên họ mất hết tự do giải thoát và nói về chuyện muốn sống hợp với tâm nguyên thủy. Khi bạn ngộ được rằng tâm Phật bạn có từ cha mẹ sinh, vốn bất sinh và chiếu sáng kỳ diệu, thì tay chân bạn vận hành thoải mái, và đấy là công năng của tâm Phật chiếu sáng vốn bất sinh. Bằng chứng là, vì muốn nghe Bankei, bạn đã từ Sendai lặn lội đến đây qua một đoạn đường dài. Nhưng khi bạn dừng chỗ này chỗ kia dọc đường để nghỉ, thì không phải lúc nào bạn cũng nghĩ đến Bankei. Ban ngày, bạn ngắm phong cảnh trên đường, và nếu có người cùng đi, bạn nói chuyện với họ. Mặc dù trong lúc đi, bạn không nghĩ gì về cuộc gặp gỡ với tôi, cuối cùng bạn vẫn đến chỗ tôi. Đây là ý nghĩa về tâm Phật vốn bất sinh và dàn xếp mọi sự một cách êm đẹp.

Lại nữa, ở Sendai bạn thấy những con cò màu trắng và những con quạ màu đen không cần ai nhuộm. Ở đây cũng vậy, mặc dù không cố ý phân biệt, vừa khi thấy chúng xuất hiện, bạn biết ngay con trắng là cò và con đen là quạ. Không cần dấy lên ý tưởng nào, tất cả điều đó được dàn xếp một cách trơn tru phải thế không?

Khi ấy vị tăng hỏi: Tôi thấy không thể nào kiểm soát tất cả những sân si dục vọng trong tôi. Tôi phải làm sao, xin Ngài chỉ giáo.

Sư trả lời: Cái ý tưởng muốn kiểm soát của bạn chính là một vọng tưởng, đổi tâm Phật thành ra vọng tưởng. Vọng tưởng vốn không có thực chất khi nó sinh khởi. Sự thật chúng chỉ là những cái bóng, những sự việc bạn đã thấy và nghe khi gặp cơ hội lại trồi lên.

Vị tăng lại hỏi: Giác ngộ là gì?

Sư trả lời: Không có điều gì gọi là giác ngộ, đấy hoàn toàn là một đeo đuổi vô ích. Hãy nhận ra một cách rốt ráo rằng tâm Phật mà bạn có từ cha mẹ vốn bất sinh và chiếu sáng kỳ diệu - đó chính là giác ngộ. Không nhận ra điều này là si mê. Vì tâm Phật nguyên ủy vốn bất sinh, nên nó vận hành không có những ý tưởng về si mê hay mong cầu giác ngộ. Vừa khi có ước muốn giác ngộ là bạn đã rời khỏi vị trí của Bất sinh và đi ngược lại với nó. Vì tâm Phật là bất sinh, nó tuyệt nhiên không có tư tưởng gì cả. Tư tưởng là nguồn gốc của vô minh. Khi hết tư tưởng thì vô minh cũng diệt. Và khi bạn đã hết vô minh thì không cần gì nói đến mong muốn đạt giác ngộ, phải vậy không?

AN TRÚ TRONG TÂM PHẬT

Một vị tăng hỏi: Con thường đọc kinh và tọa thiền, vì con cảm thấy những việc này có công đức. Bây giờ con có nên dẹp hết vì vô ích chăng?

Sư trả lời: Tọa thiền và xem kinh là việc tốt. Tọa thiền là việc mà tất cả tu sĩ muốn uống nước từ nguồn Thích Ca đều phải thực hành không được coi khinh. Bồ Đề Đạt Ma quay mặt vào vách, Đức Sơn dẹp kinh, Gutei dơ lên một ngón tay, Lâm Tế hét...Mặc dù tất cả những pháp này thay đổi tùy hoàn cảnh khác nhau và tùy cách dạy của mỗi bậc thầy, song tất cả đều liên hệ đến việc bạn phải tự mình thực chứng cái tâm Phật bất sinh duy nhất. (Bồ Đề Đạt Ma, vị sư Ấn vào thế kỷ thứ 6 đã mang đạo thiền đến Trung quốc, được tôn là sơ tổ của đạo thiền Trung Hoa. Tương truyền Ngài đã quay mặt vào vách thiền định suốt 9 năm tại chùa Thiếu Lâm thuộc tỉnh Hồ Nam ngày nay- Đức Sơn Tuyên Giám, 782-865, là một vị tăng chuyên nghiên cứu kinh Kim Cương, nhân trong lúc hành cước đi vào một hàng quán xin ăn điểm tâm. Bà già bán quán hỏi: trong kinh Kim Cương Phật dạy tâm quá khứ tâm hiện tại tâm vị lai đều không thể nắm bắt, vậy ngài điểm cái tâm nào. Đức Sơn không trả lời được, bèn đốt hết các luận giải ông đã làm và về sau ngộ đạo. Chuty hay Gutei, tương truyền đã ngộ đạo nhờ bị thầy chặt đứt một ngón tay- Lâm Tế Nghĩa Huyền mất năm 866, là tổ sáng lập thiền phái Thiên Thai, nổi tiếng về sử dụng tiếng hét để khai đạo -ND). Bạn không lầm tiếng chuông với tiếng trống, tiếng chim sẻ với tiếng chim quạ, tất cả những âm thanh nghe qua, bạn đều nhận ra và phân biệt từng thứ một không sót tiếng nào. Đấy chính là cái tâm Phật chiếu sáng kỳ diệu đang lắng nghe, cái tâm Phật vốn bất sinh. Những gì nói trong Lâm Tế ngữ lục và những gì tôi nói chỉ là một thứ không có gì khác nhau. Vấn đề duy nhất là bạn có đức tin hay không. Nếu bạn không thể an trú trong tâm Phật bất sinh mà khuấy động lên đủ thứ tư tưởng nuối tiếc quá khứ, lo lắng về tương lai, thì chính là bạn đang xoay vần biến hóa trong sinh tử mà không tự biết. Bạn đã đổi tâm Phật thành ra những tư tưởng phù du, không bao giờ có một giây phút an ổn.

Bây giờ bạn có thể tọa thiền đọc kinh, nhưng hãy an trú trong tâm Phật mà bạn có, và thực chứng cái bất sinh. Nếu bạn tọa thiền hay đọc kinh, với mục đích hay hy vọng tích lũy công đức, thì thế là bạn đổi tâm Phật lấy công đức, đổi tâm Phật lấy tọa thiền và tụng kinh! Thế đấy, nên điều bạn cần làm là nhận ra với niềm tin tưởng sâu xa rằng, mọi sự tự nó được nhận chân và được phân biệt mà không cần bạn phải để tâm suy nghĩ. Tất cả đấy là vì tâm Phật chiếu sáng kỳ diệu vốn bất sinh, và thu xếp mọi sự một cách trôi chảy.

KHI TƯ TƯỞNG KHỞI LÊN

Một chú tiểu 14, 15 tuổi hỏi: Khi con tọa thiền, những tư tưởng lại khởi lên. Con phải làm sao?

Sư dạy: Phân biệt được và nhận ra được từng ý nghĩ khởi lên, đấy chính là công năng linh hoạt của tâm Phật. Vì tâm Phật vốn bất sinh mà cũng chiếu sáng kỳ diệu nữa, nên bất cứ gì được lưu giữ trong tâm con bây giờ trổi lên. Trong tâm Phật không có một tư tưởng hay một vật gì, bởi thế khi con không để mình vương vấn với chúng, tức là đã phù hợp với tâm Phật bất sinh. Đừng lo cố xua đuổi chúng hay ngăn chặn chúng.

ĐỂ CHO MỌI SỰ TỰ XẾP ĐẶT

Sư chỉ giáo một vị tăng từ Tamba đến: Ông nghĩ rằng đã khó nhọc lặn lội từ xa đến đây, thì phải đạt giác ngộ càng nhanh càng tốt, thái độ ấy chính là bị lòng ham muốn thành Phật làm cho mê mờ. Mong muốn giác ngộ có vẻ là chuyện hoàn toàn tốt đẹp đáng khen, nhưng kỳ thực là si mê. Với tôi, tôi không bao giờ trích dẫn lời Phật tổ trong các kinh điển và ngữ lục. Nếu bạn muốn biết vì sao, thì chính vì tôi có thể hoàn toàn được việc bằng cách nhắm thẳng bản ngã của mỗi người, nên tôi chỉ nói với họ về chuyện ấy.

Sự mong muốn thành Phật của bạn trước hết là điều vô ích. Bởi vì tâm Phật bạn có từ sơ sinh vốn bất sinh và chiếu sáng kỳ diệu, nên chưa cần suy nghĩ, mọi sự đã được nhận ra rõ ràng mà không cần đến một thứ khôn lanh nào cả. Không cần bám vào những khái niệm mê hay ngộ, hãy ở nguyên trong tình trạng ở đó tất cả mọi sự đều được nhận ra và phân biệt rõ ràng. Hãy để cho mọi sự tự thu xếp lấy, bất cứ gì xảy ra sẽ được giải quyết trôi chảy - dù bạn muốn hay không. Đấy chính là sự vận hành của tâm Phật và diệu dụng chiếu sáng linh động của nó. Cũng như một tấm gương bóng loáng, không cần phát sinh một ý tưởng nào cũng không cần ý thức, mà mỗi sự vật bên ngoài đều được phản chiếu rõ rệt. Vì không hiểu điều này, các bạn cứ tưởng chính mình dàn xếp mọi sự nhờ tài khôn lanh! Chính vì thế mà các bạn vẫn bị mê mờ. Nếu bạn hiểu rõ rằng tư tưởng là do chính bạn sản xuất khi vướng ngoại cảnh, và không chuyển tâm Phật của mình thành ra một cái gì khác, thì đấy chính là căn bản của sự tu hành, và đó cũng là ý nghĩa của điều tôi nói rằng tâm Phật là bất sinh, bản năng nội tại chiếu sáng kỳ diệu nơi chúng ta.

KHÔNG THỰC CHẤT

Một cư sĩ hỏi: Con rất đội ơn Ngài về giáo lý Bất sinh, nhưng con nhận thấy rằng tư tưởng dễ dàng khởi lên do hậu quả những thói xấu ăn sâu nơi con, và khi con bị những ý tưởng ấy đánh lạc hướng thì con không thể nào nhận ra được cái Bất sinh một cách rõ rệt. Làm sao con có thể tin tưởng hoàn toàn vào tâm Phật bất sinh?

Sư dạy: Khi cố ngăn tư tưởng đừng khởi lên, là bạn tạo một mâu thuẫn giữa cái tâm ngăn và cái tâm bị ngăn, nên bạn sẽ không bao giờ có được bình an. Chỉ cần tin rằng tự nguyên ủy, những ý tưởng vốn không hiện hữu, chúng chỉ tạm thời khởi diệt tùy theo những gì bạn thấy và nghe, tự chúng không có một thực chất nào.

CHÓ VÀ GÀ

Một cư sĩ hỏi: Con nghe rằng những ý tưởng ngu si biến người ta thành súc sinh, đi từ bóng tối vào bóng tối không thể thành Phật. Tuy nhiên, khi một con thú không ý thức điều đó là đáng tiếc, thì nó sẽ không nhận ra mình đang khổ. Vậy, phải chăng nó cũng hoàn toàn thỏa mãn?

Sư dạy: Không đáng buồn sao, khi người ta chuyển cái tâm Phật và thân Phật mà mọi người vốn có, thành ra nỗi khổ của một chúng sinh địa ngục, mà lại còn không nhận ra điều ấy là bi đát như thế nào! Ví dụ, bạn đuổi đánh một con chó vì hôm qua nó đã ăn trộm gà. Không nhận thức được điều ấy, khi bị đánh đập nó kêu lên tru tréo. Súc sinh không hiểu luật nhân quả nên phải tiếp tục đau khổ bất tận. Nhưng con người thì do trí tuệ bẩm sinh, khi được gặp minh sư họ có thể dễ dàng giác ngộ. Thật là điều kỳ diệu khi có cơ may được sinh làm thân người, vì với thân ấy bạn có thể dễ dàng thành Phật. Đấy là một vấn đề lớn ở ngay trước mắt bạn, đừng phí thì giờ!

CÀY CUỐC VỚI TÂM PHẬT

Một nông phu hỏi: Con có tính dễ nổi nóng, vì con là một nông dân vướng vào công việc cực nhọc, thật khó cho con nhận ra được Bất Sinh. Làm sao con có thể sống phù hợp với tâm bất sinh?

Sư đáp: Ai cũng có sẵn tâm Phật bất sinh, bởi vậy không lý gì bây giờ lần đầu tiên bạn mới sống phù hợp với tâm ấy! Làm công việc đồng áng của bạn một cách chuyên nhất tâm ý, đó là thực hành tâm bất sinh. Khi bạn đang làm việc với cái cuốc, bạn có thể vừa cuốc vừa nói chuyện với một người nào, câu chuyện không làm trở ngại công việc, công việc cũng không làm trở ngại câu chuyện. Ngay cả lúc bạn tức giận bạn vẫn có thể cuốc, nhưng vì giận dữ là cái nhân xấu để thành một chúng sinh địa ngục nên công việc của bạn biến thành một nỗi khó nhọc đau khổ. Khi bạn cày cuốc mà không vướng vào giận dữ si mê, thì công việc sẽ trở thành nguồn vui và hóa ra dễ dàng. Đây là Pháp hành về tâm Phật, Pháp hành về bất sinh bất diệt.

NGƯỜI LỮ HÀNH

Một vị tăng hỏi: Con đã nghe rằng những bậc thầy ngày xưa đã đạt giác ngộ nhờ tu hành gian khổ, và những bậc thầy ngày nay cũng phải trải qua đủ thứ gian nan mới đạt đến thực chứng. Con không thể chấp nhận được quan niệm rằng một người như con, chưa giác ngộ gì cả, cũng chưa tu hành gì ráo, mà lại có thể thực chứng được tâm Phật bất sinh.

Sư bảo: Giả sử có một nhóm người lữ hành đi qua một dãy núi cao. Đến một nơi không có nước uống, tất cả đều khát cháy cổ. Một người đi xuống thung lũng xa để tìm nước. Sau khi khó nhọc tìm kiếm khắp nơi, cuối cùng người ấy được một ít nước đem về cho bạn đồng hành uống. Có phải những người này cũng có thể giải được cơn khát dù họ chẳng cần nỗ lực không? Ngược lại những người ôm lòng hoài nghi không chịu uống nước, thì sẽ không thể nào giải được cơn khát của mình. Vì đã không gặp được người có tuệ nhãn, nên tôi mới đi lạc và làm những nỗ lực gian khổ cho đến khi cuối cùng tôi khám phá ra được Phật trong chính tâm tôi. Bởi thế khi tôi bảo các bạn cũng có thể thấy được Phật trong tâm mình không cần tu hành gian khổ, thì cũng giống như những người lữ hành uống nước và giải được cơn khát của họ mà không cần phải đích thân đi tìm nước. Cũng thế, khi bạn sử dụng tâm Phật mà mọi người đều có và đạt đến sự bình an trong tâm hồn mà không cần phải nhọc công tu tập, quả là giáo lý chân thật quý báu phải không?

CHA MẸ

Một ni cô hỏi: Cha mẹ con đều còn sống. Làm sao con có thể giữ tròn đạo hiếu với cha mẹ con?

Sư trả lời: Không có cách nào đặc biệt để tỏ lòng hiếu thảo; chỉ cần an trú trong tâm Phật mà cô có từ cha mẹ sinh, đấy là chân chính thực hành đạo hiếu, không làm được như vậy chính là bất hiếu.

TRỞ THÀNH
"MỘT CÂY" VÔ MINH

Sư bảo đại chúng: Từ khởi thủy lúc mới sinh ra, tất cả quý vị không ai có một thứ si mê nào. Nhưng vì giáo dục xấu, quý vị đã chuyển cái tâm Phật bẩm sinh thành ra một chúng sinh mê muội thượng hạng, bắt chước và thâu nhận vào đủ loại si mê xung quanh mình, tập tành những thói hư tật xấu đến nỗi cuối cùng trở thành "một cây" vô minh! Chính vì tâm Phật có công năng kỳ diệu đang vận hành nên quý vị mới thâu thập được đủ thứ hành vi mê muội ấy, khiến chúng trở thành bản chất thứ hai của mình. Tuy nhiên khi nghe được giáo lý quý báu về tâm Phật này, quý vị phát khởi niềm tin và quyết định không si mê nữa, thì liền khi ấy quý vị đã an trú trong tâm Phật bất sinh như nguyên ủy. Như thế thì, chính vì tâm Phật chiếu sáng kỳ diệu mà quý vị đã bị mê mờ; và cũng vì tâm Phật chiếu sáng kỳ diệu mà quý vị được giác ngộ. Chính vì quý vị không nhận ra sự quý báu của tâm Phật nên quý vị xem những thứ si mê đang làm hại mình là vô cùng quý giá. Và quý vị xem trọng những mê lầm này đến nỗi quý vị trở thành một cây vô minh, vứt bỏ cuộc đời của mình! Có phải là điên rồ không?

TÂM PHẬT SỐNG ĐỘNG

Sư bảo đại chúng: Với một người thực chứng tâm Phật một cách rốt ráo vào mọi lúc, thì khi vị ấy đi ngủ, cũng đi ngủ với tâm Phật; khi dậy là dậy với tâm Phật; khi ở là ở với tâm Phật; khi đi là đi với tâm Phật; khi ngồi là ngồi với tâm Phật; khi đứng là đứng với tâm Phật; khi ngủ là ngủ với tâm Phật; khi tỉnh giấc là tỉnh giấc với tâm Phật; khi nói là nói với tâm Phật; khi im lặng là im lặng với tâm Phật; khi ăn cơm là ăn với tâm Phật; khi uống trà là uống với tâm Phật; khi mặc áo là mặc áo với tâm Phật. Vào mọi lúc, vị ấy an trú liên tục trong tâm Phật, không có lúc nào là vị ấy không ở trong tâm Phật. Vị ấy hành xử ung dung tùy theo hoàn cảnh, cứ để mọi sự theo cách tự nhiên của chúng. Chỉ cốt là không làm những điều ác mà chỉ làm những việc lành. Nhưng nếu bạn tự hào về những việc lành của mình, bám víu vào đó và ghét cái xấu, thì thế là đi ngược với tâm Phật. Tâm Phật không thiện cũng không ác, mà vận hành vượt ngoài cả thiện ác. Đó không phải là tâm Phật sống động hay sao? Khi bạn đã ngộ được điều này không còn một chút nghi ngờ nào cả, thì ngay lúc ấy bạn sẽ mở được con mắt thấy suốt tâm người. Bởi thế mà tông phái của tôi được mệnh danh là tông Mắt Sáng.

NGƯỜI CAI RƯỢU

Một cư sĩ hỏi: Con không nghi ngờ gì về chuyện từ nguyên thủy vốn không có những tư tưởng mê mờ; nhưng dòng tư tưởng của con không bao giờ ngừng dầu chỉ trong chốc lát, nên thật con không thể nào thực chứng cái bất sinh.

Sư bảo: "Khi bạn mới ra đời, chỉ có cái TÂM PHẬT BẤT SINH. Nhưng khi lớn lên, bạn thu nhặt những thái độ ngu si bạn trông thấy quanh mình, cho nên cùng với thời gian, bạn đâm ra mê mờ, và cái tâm mê mờ được dịp lấn lướt. Từ khởi thủy, trong tự ngã bẩm sinh của bạn, tư tưởng vốn không hiện hữu, bởi thế trong cái tâm được xác tín về Phật tính bất sinh của nó, thì tư tưởng biến mất. Điều này cũng giống như một người nghiện rượu bỗng dưng bị một trận khốn đốn vì rượu, phải cai. Khi tình cờ anh ta được mời rượu, những ý tưởng muốn uống có thể khởi lên, nhưng vì anh ta không uống nên cũng không bị say ói. Mặc dù trong con người ấy cái tưởng thèm rượu còn khởi, nhưng nhờ kiêng rượu nên cuối cùng vẫn không sao. Những ý tưởng mê mờ cũng giống như thế. Khi bạn để yên cho nó khởi và diệt, không chạy theo nó cũng không chống lại nó, thì khi ấy vọng tưởng tự nhiên biến mất vào trong cái tâm bất sinh.

ĐÀN ÁP CŨNG LÀ MÊ MUỘI

Một vị Tăng hỏi: Con nhận thấy không thể nào đàn áp tất cả phiền não vọng tưởng của con. Con phải làm sao?

Sư đáp: Cố mà đàn áp vọng tưởng thì cũng là mê muội. Vọng tưởng nguyên ủy vốn không hiện hữu, mà chỉ do chính bạn tạo ra vì phân biệt.

NGAY BÂY GIỜ

Một khách tăng đến hỏi: Trong bài giảng chiều hôm qua, Ngài dạy rằng mọi người bẩm sinh đều có tâm Phật. Mặc dù rất đội ơn ngài chỉ giáo, con vẫn thấy dường như là nếu người ta bẩm sinh đều có tâm Phật thì vọng tưởng không thể sinh ra.

Sư bảo: Ngay bây giờ, bạn có những vọng tưởng nào chỉ ra coi?

Tăng lễ bái lui ra.

THỨC VÀ NGỦ

Một cư sĩ hỏi: Tôi cũng công nhận rằng chúng ta thấy và nghe bằng cái BẤT SINH. Nhưng khi ta ngủ, dù có một người đứng sát ngay bên cạnh, ta cũng không biết, bởi thế vào lúc đó dường như ta đã mất cái công năng cốt yếu của BẤT SINH.

Sư bảo: Mất cái gì? Không mất gì cả. Chỉ có điều là bạn đang ngủ.

SENDAI

Một vị Tăng từ Sendai đến hỏi: Làm thế nào con có thể thực chứng cái tâm bản nhiên?

Sư đáp: Ngoài con người đang hỏi tôi lúc này ra, thì không có tâm bản nhiên nào. Cái tâm bản nhiên ấy siêu việt tư duy mà phân biệt rõ ràng mọi sự. Bằng cớ điều này là, nếu tôi hỏi bạn điều gì liên hệ đến nơi bạn ở, có phải là bạn trả lời vanh vách không cần suy nghĩ hay không.

CHỖ Ở CỦA CÁI BẤT SINH

Một khách tăng hỏi: Khi một người thực chứng bất sinh, thì sau khi thân xác tứ đại tan rã, vị ấy có sinh trở lại hay không?

Sư đáp: Trong bất sinh hoàn toàn không có vấn đề có sinh trở lại hay không sinh trở lại.

BUÔNG XẢ

Một cư sĩ nói: Vài năm về trước, tôi hỏi Ngài phải làm sao để ngăn vọng tưởng sinh khởi, và Ngài đã dạy tôi cứ để mặc chúng sinh diệt tùy ý. Tôi vẫn làm theo lời khuyên của Ngài, nhưng tôi lại thấy thật khó mà cứ để cho những vọng tưởng cứ khởi và diệt như vậy.

Sư bảo: Lý do bạn gặp khó khăn là vì tưởng rằng có một phương pháp đặc biệt nào để phó mặc cho ý tưởng cứ khởi và diệt.

NHƯ BẠN VỐN LÀ

Sư bảo đại chúng: Tất cả quý vị nên nhận ra cái tâm Phật vận hành sống động này! Từ nhiều trăm năm nay người ở Trung Hoa và Nhật Bản đã hiểu lầm giáo lý Thiền, cố đạt giác ngộ bằng cách tọa thiền hoặc cố tìm cho ra "con người thấy và nghe", tất cả điều này là một sai lầm lớn. Tọa thiền chỉ là một tên khác của tâm bản lai, nó có nghĩa là ngồi an tịnh với một cái tâm an tịnh. Khi ngồi thiền bạn chỉ cần ngồi như bạn vẫn ngồi; khi bạn thiền hành, thì bạn cứ tản bộ như bạn vẫn đi. Dù cho miệng của bạn rộng lớn đủ để nuốt trọn cả trời đất, cũng không thể nào diễn tả Phật Pháp bằng lời. Những người nói về Phật Pháp, phần đông chỉ làm cho người ta lòa mắt.

Trong cái tâm mà bạn thừa hưởng của Cha Mẹ từ lúc mới sinh, không có một chút mê lầm nào cả. Bởi thế, khi bạn quả quyết rằng "tôi mê mờ vì tôi là một người sinh ra đã ngu dốt" thì thế là bạn đổ lỗi cho cha mẹ mình một cách bất công. Chư Phật trong quá khứ với con người trong hiện tại đều có đồng một tâm Phật duy nhất ấy, không có khác gì nhau. Tôi sẽ lấy một ví dụ cho bạn hiểu: khi nước biển múc lên đổ vào những bình chứa khác nhau, và gặp thời tiết nước đông lại, thì tùy theo những bình chứa lớn nhỏ vuông tròn khác nhau mà nước đông thành đá sẽ có những hình dạng khác nhau; nhưng khi băng tan thì tất cả nước trở lại đồng là nước của biển cả. Vì không biết tâm Phật vận hành sống động như thế, nên bạn nghĩ bạn sẽ thành Phật nhờ tích lũy quả báo tu hành và giác ngộ. Bị rơi vào mê lầm, đi từ bóng tối vào trong bóng tối, thật là bi đát phải không? Tôi không giảng dạy về Phật giáo, nhưng khi nói chuyện tôi chỉ xử lý những ý tưởng sai lầm nơi các bạn."

KHÔNG MỘT DẤU VẾT

Một khách tăng hỏi: Con tu hành với mục đích là đạt giác ngộ. Ngài nghĩ sao về vấn để này?

Sư dạy: Giác ngộ chỉ có khi có si mê. Nhưng mọi người đều có bản chất giác ngộ, nên một chút mê lầm cũng không hiện hữu. Thế thì bạn cần phải đạt đến cái gì?

Vị Tăng nói: Điều ấy tôi nghe thật điên rồ. Chính nhờ đạt giác ngộ mà tất cả thánh hiền xưa kể từ sơ tổ Bồ Để Đạt Ma, đã hoàn toàn chứng đắc về Pháp.

Sư bảo: Như Lai cứu độ hữu tình bằng cách "điên rồ" như thế đấy, không đến không đi, mà vẫn như tính bạn bẩm sinh, không để cho tâm trở nên mờ mịt - đấy chính là ý nghĩa của Như Lai. Và đấy cũng là đường lối chư Tổ trong quá khứ.

CÂU HỎI CỦA KANTARO

Một thời, Sư ở chùa Quan Âm trong vùng Kiyodani thuộc vùng Kyta. Ông Lý trưởng làng lân cận tên là Kantaro thường đến học đạo với Ngài. Mặc dù ông này thỉnh thoảng đặt ra những câu hỏi hóc búa, sự trả lời sắc bén của Sư làm cho ông ta không thể nào với tới.

Một ngày kia, Kantaro đi cùng với một người bạn đến thăm Sư. Trên đường đi ông nói với bạn: Lúc nào tôi đến, Ngài cũng nói: Kantaro anh đến đấy à? Hôm nay chắc chắn thế nào Ngài cũng hỏi như vậy. Tôi định bụng khi nào Ngài nói câu đó thì tôi sẽ hỏi: "Thằng cha ấy là ai nhỉ?"

Hai người đi đến chùa Quan Âm. Sư ra chào người bạn nhưng không nói gì với Kantaro cả. Sau một lúc Kantaro phải mở miệng: Thầy có khỏe không? Sư nói: "Thằng cha ấy là ai nhỉ?"

Kantaro hoàn toàn kinh ngạc, và ngỏ lời xin lỗi.

ROSEN

Vị tăng tên Rosen nói: Con hết sức băn khoăn về vấn đề cái chết, chính đấy là lý do con thường xuyên đến gặp Ngài. Con nghĩ rằng đối với một con người thì không có vấn đề nào quan trọng hơn là cái chết.

Sư dạy: Cái tinh thần ấy chính là căn bản của sự học Phật. Nếu con giữ lấy tinh thần đó không bao giờ lơi ra, thì chính là con sống hoàn toàn phù hợp với đạo.

Tăng hỏi: Chứng thành Phật quả nghĩa là gì?

Sư trả lời: Hoàn toàn xác nhận những gì Thầy đã nói, tin tưởng vào đó không nghi ngờ, thì con sẽ chứng thành Phật quả.

Một thời gian sau, vị tăng đến thưa: Mới đây con thấy tâm con rộng lớn vô biên như bầu trời, không dính mắc vào đâu cả. "Chắc nó đây rồi". Con nghĩ thế, nhưng phản tỉnh lại con nhận ra rằng không nên chần chờ ở đấy.

Sư nói: Đó là tự con phân biệt. Hãy nhận ra cái gì trước khi phân biệt.

Lại vào một dịp khác Rosen nói: Con cảm thấy thật may mắn là thời gian gần đây, sự quyết định của con trở nên hết sức mạnh mẽ.

Sư trả lời: Điều như thế đương nhiên thế nào cũng phải xảy đến.

Một lần, vị thầy dạy thiền tên Tairyo bảo Rosen: Ông có vẻ tu hành nghiêm túc đấy, nhưng sao lúc nào ông cũng lặp đi lặp lại mãi một chuyện ấy. (Có lẽ Rosen thường nhắc lại câu nói quen thuộc của Bankei về cái bất sinh - ND).

Rosen nói: Hoàn toàn không phải vậy; mà đấy là điều tôi nghe không bao giờ chán.

Ngay lúc ấy, Sư đi ra và ngồi vào chỗ của Ngài. Ngài nói: Bất cứ lúc nào bạn có dịp nghe việc này (tâm Phật bất sinh) đều rất đáng nghe, không kể là bao nhiêu lần. Vậy đừng nghĩ rằng đó chỉ là sự lặp đi lặp lại của cùng một chuyện. Khi bạn thấy cái gì là quý giá, thì lúc nào nghe cũng là quý cả.

TAY CỜ BẠC

Ở Aboshi có một người tên là Hachirobey. Anh ta nói với Sư: Con theo tịnh độ tông, con hoàn toàn nương tựa vào đức Như Lai A Di Đà, và thường niệm Phật để được Ngài cứu độ.

Sư trả lời: Nếu cầu nguyện Phật cứu độ mà cứ chuyên đi khắp nơi cờ bạc và làm đủ các việc ác như chú, thì đấy là lường gạt đức A Di Đà.

Những người hiện diện hết sức ngạc nhiên vì bấy giờ Hachirobey quả là một bợm cờ bạc nổi tiếng.

THẦN THÔNG

Vào một dịp khác Hachirobey lại đến bảo: Ngày xưa các bậc thầy làm đủ thứ thần thông. Ngài có thần thông không?

Sư hỏi: Những thần thông ấy là thứ gì vậy?

Hachirobey trả lời: Tổ khai sáng tịnh độ tông (Shiran Shònin) ở Echigo bảo một người đứng bên này sông đưa ra một tờ giấy, trong khi Ngài đứng bên kia bờ cầm quản bút viết lên được 6 chữ NAM MÔ A DI ĐÀ PHẬT. Do việc này mà mãi đến nay người ta vẫn còn kính cẩn nhắc câu chuyện "Một câu niệm Phật vượt qua sông".

Sư cười lớn bảo: Tưởng là gì, chứ như thứ việc mà anh nói đó, những người làm ảo thuật còn có nhiều trò hay hơn nữa. Đem những chuyện như thế mà so với chánh pháp của Phật thì chẳng khác nào chó mèo đem sánh với người.

MỘT KHÁCH TĂNG

Vào một buổi tham kiến với Sư, có nhiều vị khách tăng đến trình bày chỗ ngộ của mình. Tất cả mọi người đều nói, chỉ có một người giữ im lặng. Sư bảo: Thế còn con thì sao?

Vị tăng trả lời: Về phần con, khi trời lạnh con mặc thêm áo, khi đói con kiếm gì ăn, khi khát con uống ít nước nóng; ngoài ra không có gì nữa.

Sư nói: Vậy, con có thể biết kiến giải của những người đang ở đây không?

Vị tăng trả lời: Đương nhiên là con biết được.

Sư nói: Thế thì con hãy nói kiến giải của họ cho ta nghe.

Vị tăng nói: Xin Ngài chỉ cho con kiến giải của con.

Sư nói: Tất cả những gì chúng ta vừa nói đều chứng tỏ kiến giải của con.

Vị tăng lễ bái lui ra.

HỮU VÀ PHI HỮU

Một vị khách tăng tiến lên tuyên bố: Nó không ở trong hữu, không ở trong phi hữu, mà cũng không phải tuyệt đối không có gì.

Sư nói: Ngay lúc này nó đang ở đâu?

Vị Tăng bối rối rút lui.

TẠI SAO
CHÚNG TA SINH RA

Một cư sĩ hỏi: Bạch thầy! Nếu chúng ta sẵn có tâm Phật, thì tại sao chúng ta không cứ là Phật đi, mà lại sinh ra làm gì để chịu đủ thứ đau khổ?

Sư trả lời: Cái chuyện bạn sinh ra đời là do sơ suất [8] của Cha Mẹ bạn.

CON NGƯỜI THẤY NGHE

Một cư sĩ hỏi: Nhiều năm nay con tin vào giáo lý của các bậc cổ đức, và cố trả lời công án "ai là con người thấy nghe". Con phải tu tập như thế nào để có thể tìm ra con người thấy nghe ấy? Con đã tìm tòi nhưng cho đến nay vẫn chưa tìm ra nó.

Sư nói: Vì tông phái của tôi gọi là tông phái Phật tâm, nên con người thấy nghe với cái tâm đi tìm con người thấy nghe chỉ là một. Nếu tìm bên ngoài thì bạn không bao giờ gặp, dù có đi vòng quanh thế giới. Cái tâm duy nhất bất sinh chính là con người ở trong mọi người, thấy được hình ảnh bằng mắt, nghe tiếng bằng tai, và nói chung, khi xúc chạm đối tượng 6 giác quan thì hiện rõ bất cứ gì nghe thấy cảm biết, không một thứ gì ẩn giấu.

NGƯỜI ĐÀN BÀ SỢ SẤM

Một người đàn bà đến hỏi: Con có tật sợ sấm một cách bất thường. Mỗi khi nghe tiếng sấm, con cảm thấy khủng khiếp và vô cùng khổ sở. Xin Ngài dạy cho con cách nào để chấm dứt sự sợ hãi này.

Sư dạy: Khi bà mới sinh ra, không có một cảm giác sợ hãi gì về sự vật, mà chỉ có tâm Phật bất sinh. Những nỗi sợ hãi đối với sự vật là những bóng ma của tư tưởng được tạo ra sau khi bạn sinh ra. Sấm làm cho mưa rơi có lợi ích cho loài người, đó không phải là một cái gì thù nghịch với con người. Sở dĩ bà xem sấm sét đáng sợ là do những bóng ma tư tưởng làm ra nỗi sợ ấy, chứ không do cái gì bên ngoài. Khi nghe sấm, bà hãy tin tưởng tuyệt đối vào Phật tính ở trong tâm bà.

ĐAU BUỒN

Một người đàn bà hỏi Sư: Con rất đau khổ về cái chết của đứa con nhỏ. Mỗi khi con thấy một đứa trẻ đồng tuổi với nó là con lại nhớ nó, khi ấy đủ mọi ký ức tràn ngập tâm con và vọng tưởng cứ tiếp diễn không ngừng. Xin Ngài chỉ dạy cho con.

Sư dạy: Khi bà nhớ lại mọi sự như vậy, đấy là một việc bà đang làm. Trong cái tâm nguyên ủy, không có một dấu vết gì của vọng tưởng. Hãy tin những gì tôi nói, rồi bà sẽ trở thành một con người giải thoát.

BỊT MẮT

ột vị khách tăng hỏi: Tọa thiền có công đức gì không?

Sư nói: Tọa thiền là điều không nên coi thường, cũng không nên xem thường việc tụng kinh, lễ bái. Tổ Đức Sơn dùng gậy, Thiên Thai dùng tiếng hét, Gutei đưa ngón tay lên, Đạt Ma diện bích - Tất cả đều là những phương tiện của các bậc thầy, những phương pháp đối phó với những tình huống đặc biệt và đáp ứng những nhu cầu của từng cá nhân trong cuộc. Ngay từ đầu đã không có những quy luật cố định. Nếu bạn xem những phương tiện tạm thời ấy như những lời dạy bất di dịch, thì cũng như bạn tự bịt mắt mình. Chỉ cần vững tin vào lời tôi nói, giữ tâm hồn nhiên như lúc mới sinh không có những phân biệt phù phiếm, hệt như khi mọi vật phản chiếu trong gương, thì khi đó không có gì trên đời mà bạn không thâm nhập thông suốt. Đừng nghi ngờ!

MỌI SỰ ĐỀU ĐƯỢC
DÀN XẾP TRƠN TRU

Một vị tăng từ Tamba đến hỏi: ước nguyện chân thành của con trong dịp này là chứng được giác ngộ và trở thành một con người toàn hảo về mọi mặt. Xin Ngài chỉ giáo cho con.

Sư nói: Bạn đã lặn lội từ xa đến và có những ước nguyện đáng khen, nhưng chúng toàn là vọng tưởng. Trong cái tâm nguyên ủy, không có vọng tưởng cũng không có ước nguyện. Trong cái công năng chiếu sáng kỳ diệu nội tâm, không hề có một ước nguyện nào cả, thế mà mọi sự vẫn được dàn xếp trơn tru. Ngay cả cái việc muốn thành Phật liền bây giờ cũng là một điều giả tạo. Chỉ cần nhận thức rằng mình đang tạo những ước nguyện, rồi cứ sống tự nhiên, đừng vướng mắc bất cứ sự gì, thì bản lai diện mục của bạn sẽ được hiển lộ.

ĐI ĐÂU

Một cư sĩ hỏi: Khi thành Phật rồi, ta sẽ đi đâu?

Sư trả lời: Nếu bạn thành Phật, không có nơi nào để đi cả. Khi đó bạn ở khắp cả tam thiên đại thiên thế giới. Chỉ khi bạn trở thành loại chúng sinh nào khác thì mới có nhiều chỗ khác nhau để đi.

TRÁI BANH BẰNG VÀNG

Có lần Sư bảo: Không giống như những bậc thầy khác ở khắp nơi, trong giáo lý tôi, tôi không lập ra một mục tiêu đặc biệt nào như chứng đắc giác ngộ hay tham cứu công án. Tôi cũng không dựa vào lời Phật và tổ. Tôi chỉ thẳng vào sự việc, nên không có gì để bám lấy, và cũng vì vậy không có người nào sẵn sàng chấp nhận những gì tôi giảng dạy. Trước hết, những người thông minh và đa văn thì bị chướng ngại bởi chính sự thông minh tính toán của họ, nên họ không thể chấp nhận lời tôi. Ngược lại, có rất nhiều phụ nữ ngu dốt không biết đọc biết viết, lại không có tài năng đặc biệt nào, và cũng không thể đẩy họ lên làm thiền sư. Nhưng họ có được thực chứng và không vướng vào tri thức.

Sư lại thêm: Mặc dù vậy, dù không có ai chấp nhận hoàn toàn, giáo lý tôi giống như một trái banh bằng vàng bị đập vỡ ra nhiều mảnh tung tóe khắp nơi, để cho ai được một mảnh thì sẽ có được một mảnh giác ngộ, ai được hai mảnh thì sẽ có được hai mảnh giác ngộ..., từng mảnh nhỏ, nhưng không ai là không lợi lạc tùy theo chỗ chứng đắc của mình.

SUY NGHĨ

Một cư sĩ hỏi: Tôi nghe nói Ngài có tha tâm thông. Vậy, ngay lúc này tôi đang nghĩ gì?

Sư đáp: Ông đang nghĩ như vậy.

PHỤ NỮ

Một người đàn bà hỏi: Con nghe nói phụ nữ nghiệp nặng không thể nào thành Phật, có đúng không?

Sư hỏi: Bà trở thành phụ nữ từ hồi nào vậy?

Một phụ nữ khác nói: Vì đàn bà nghiệp nặng nên bị cấm không được vào những ngôi chùa linh thiêng như núi Koya (ngôi chùa chính của Mật tông do Kuai sáng lập vào năm 816, ngày nay là quận Wakayama) và núi Hyei (trung tâm của tông Thiên thai thành lập năm 788, núi này nằm phía đông bắc Kyoto. ND)"

Sư bảo: Ở Kamakura cũng có một ni viện không cho đàn ông vào.

CHIÊM BAO
CỦA NHÀ BUÔN

Lúc Sư ở Long môn tự, có một cư sĩ bạn của Zenko (Eimyo Zenko, 1653-1716, vốn là một tăng sĩ phái Tào động ở Omy, theo học với Bankei và cuối cùng là người thừa kế của môn đệ Bankei là Sekimon. Zenko là trụ trì chùa Long môn đời thứ tư). Cư sĩ này từ Omy đến chùa ở lại một thời gian. Sau lần tiếp kiến đầu tiên với Sư, ông ta chấp nhận tinh yếu của giáo lý Ngài, và từ đó theo Ngài nghe giảng.

Một lần khi sư đang tiếp khách, cư sĩ này tiến lên nói: Nhà tôi nằm trong làng tên ấy, thuộc tỉnh Omy. Lúc đầu tôi là một hiệp sĩ tự phát (Ronin), sau khi giành dụm được một số vàng bạc, tôi cho người trong vùng vay tiền và thóc lúa để lấy lợi làm kế sinh nhai. Nhưng hơn 10 năm về trước tôi đã giao hết việc cho con trai tôi, xây một nhà nhập thất trong vườn và suốt ngày chỉ tọa thiền và tụng kinh. Tôi cũng tham học với nhiều thiền sư, nhất tâm tu hành, có Zenko làm chứng.

Thế mà đêm qua, tôi chiêm bao thấy mình đang ở nhà tụng Kinh tại bàn Phật trong gia đình. Ngay khi đó, một khách hàng vay lúa đến trả tiền lời, người này và con trai tôi khởi sự tính toán. Trong lúc tụng kinh, tôi nhận ra họ tính sai, và vừa nhắc họ thì tôi tỉnh mộng. Khi nghĩ lại điều này, tôi nhận ra rằng gốc rễ của nghiệp quả thật sâu xa, khó phá hủy. Tôi phải thực hành pháp môn gì để hủy diệt tội lỗi căn bản của mình?

Vị cư sĩ nói xong tuôn trào nước mắt, khiến mọi người có mặt đều xúc động.

Sư nói: Đó là một giấc mộng tốt hay xấu?

Người cư sĩ đáp: Quá xấu. Chính vì chuyện tu hành mà tôi đã bỏ hết công việc thương mại hơn 20 năm về trước để sống hợp nhất với Phật pháp trong hoàn cảnh trong sạch thanh tịnh, xa hẳn những phiền toái của đời sống thế tục. Đấy là những điều tôi mong thấy trong chiêm bao. Thế mà dường như những gì tôi nằm mơ chứng tỏ những bận tâm cũ về tiền bạc đã ăn sâu vào tàng thức tôi. Điều này làm tôi rất buồn khổ.

Sư nói: Đấy là điều mà người ta gọi là bị ám vì một giấc chiêm bao.

Cư sĩ đứng lên đảnh lễ Sư và tuyên bố: Hôm nay lần đầu tiên tôi đã được giải thoát khỏi vô số kiếp sinh tử!

Nói xong ông sung sướng lui ra.

KHÔNG SAO CẢ

Một cư sĩ nói: Một đôi khi tôi giật bắn mình khi thình lình nghe tiếng động, chẳng hạn tiếng sấm. Có phải vì tôi thiếu tự chủ hay không? Làm sao để dù bất cứ gì xảy ra tôi cũng không giật mình?

Sư nói: Nếu bạn giật mình, cũng không sao cả, cứ việc giật mình. Khi cố chống lại nó thì bạn chỉ tạo thêm mâu thuẫn.

DÙNG BA TẤC

Một vị tăng hỏi: Đức Sơn thì có gậy, Lâm Tế có tiếng hét - tất cả các bậc thầy ngày xưa đều sử dụng gậy và tiếng hét, tại sao Ngài không sử dụng gì cả?

Sư nói: Đức Sơn và Lâm Tế biết cách sử dụng gậy và tiếng hét, còn tôi thì biết cách sử dụng ba tấc lưỡi.

CÔNG ÁN

Một vị tăng hỏi: Những bậc thầy ngày trước như là Engo và Daie sử dụng công án để dạy môn đệ. Tại sao Ngài không dùng công án?

Sư nói: Còn những thiền sư trước cả Daie và Engo thì sao, họ có dùng công án không?

(Quả thực, sự tham công án chỉ phát triển vào các thời đại về sau. Đa số thiền sư đời Đường 618-906 và Ngũ Đại 907-960, không sử dụng công án. Đây có thể nói là thời hoàng kim của Thiền Trung Quốc.)

NGHI LỚN

Một vị Tăng hỏi: Người xưa tuyên bố nghi lớn ngộ lớn (đại nghi đại ngộ). Tại sao Ngài không sử dụng cái nghi lớn của các bậc Thầy xưa?

Sư đáp: Về ý nghĩa của nghi lớn là như sau: ngày xưa khi Nam Nhạc Hoài Nhượng đến thăm Lục tổ, tổ hỏi, vật gì đến đó? Nam Nhạc hoàn toàn bối rối, thắc mắc về vấn đề này đến 8 năm, và cuối cùng đã trả lời: nói là một vật thì không trúng. Đây mới thực sự là đại nghi đại ngộ. Ví dụ khi một vị tăng mất chiếc y ca sa độc nhất, ông ta đi tìm khắp nơi không lúc nào khỏi nghĩ đến nó - đấy là nghi thực sự! Người ngày nay cứ khơi lên hoài nghi chỉ vì họ bảo những bậc thầy ngày xưa cũng làm như vậy; bởi thế họ chỉ phát sinh được một thứ hoài nghi bắt chước. Vì sự hoài nghi này không chân thật, nên họ sẽ không có ngày nào ngộ. Việc ấy cũng như thể là họ đi tìm khắp nơi tưởng mình mất một cái gì mà thực sự chưa từng bị mất.

ĐÂY CÓ PHẢI
LÀ PHẬT KHÔNG

Khi Sư ở Chùa Gyokuryùj tại tỉnh Mino, một cư sĩ tiến lên hét một tiếng và hỏi: Đây có phải là Phật không?

Sư cầm cái quạt dí vào đầu anh ta mà hỏi: Ngươi có biết đây là cái gì không?

Cư sĩ trả lời: Đây là Phật.

Ngài lại lấy cái quạt dí vào má cư sĩ mà nói: Ngươi chỉ biết cái danh từ Phật!

Hoàn toàn ngạc nhiên người kia rút lui.

CƯ SĨ CHÒZEN

Chòzen là cha của tu sĩ Jiton ở chùa Kanzanji tại Osaka, trước kia là một lý trưởng, bấy giờ về hưu và theo học thiền đã lâu. Ông ta là một cư sĩ nổi danh, thường đến thăm Sư, nhưng Sư chưa bao giờ thử kiến giải của ông ta mặc dù họ biết nhau đã khá lâu. Một lần khi Sư ở chùa Jizòji tại Kyoto, Chòzen đến thăm Ngài, và trong cuộc viếng thăm ấy Sư đã hỏi: Này Chòzen, ông tu tập như thế nào?

Chòzen trả lời: Tôi đã hoàn tất việc tu tập của tôi khá lạ lùng như sau: tôi tha hồ ăn thịt cá, uống rượu, cờ bạc, đi ngủ rồi thức dậy - thế giới của tôi thật tự do thoải mái, không chút gì gò bó.

Sư nói: Có lẽ ông không nghe, nhưng tôi cũng nói cho ông về kiểu thiền của tôi.

Rồi Ngài chỉ giáo cho Chòzen. Nghe xong ông ta im lặng rút lui. Soboku vị tăng ở cùng phòng với ông thuật lại rằng suốt đêm đó ông ta có vẻ xao xuyến không ngủ được.

Vào lúc ấy thiền sư Bokuo đến nhận chức vị trụ trì tại ngôi chùa trung ương (tức là chùa Myosinji. Umpo và các đệ tử của ông là Bokuo và Bankei là thành viên của phái Myosinji, do thiền sư Toyo Eicho sáng lập từ thế kỷ thứ 15. Chùa này được các vị nói trên luân phiên trụ trì mỗi năm). Sư ra đi sáng sớm để đón tiếp. Vừa khi Soboku và Chòzen đi ra cửa để đón chào, Sư đi thẳng vào phương trượng ngồi xuống. Chòzen liền đến trước Sư đảnh lễ 3 lạy.

Sư chắp tay nói: Tôi nhận cái lạy phát nguyện suốt đời tuân giữ trai giới. Đây là điều mà một người đã quy y Pháp cần phải theo.

Một lần nữa Chòzen lại đảnh lễ Sư 3 lạy.

Sư nói: Tôi nhận cái lạy phát nguyện chừa bỏ uống rượu. Đây cũng chính là giới luật đức Phật đã chế.

Chòzen thưa: Thầy Reigan luôn luôn ca tụng Ngài là một vị thầy có tuệ nhãn, nhưng con không tin. Con tưởng chỉ có những người xưa mới được như thế, chứ con không ngờ trong các bậc thầy ngày nay lại có thể có người đã đắc tuệ nhãn. Bây giờ con mới thấy con đã sai lầm, khi gặp được dịp may chưa từng có.

Vừa nói ông vừa khóc và từ đó ông trở thành đồ đệ của Sư.

Ít lâu sau đó, khi Sư lại ghé đến Chùa Kansanji, vị tăng Jiton cùng Chòzen đến thăm Ngài. Jiton nói: Nhờ Ngài chỉ giáo mà Chòzen đã thành một người hoàn toàn giải thoát trong tất cả hoạt động hàng ngày của ông ta.

Sư nói: Mọi người đều đặt cao giá trị giác ngộ, nhưng Chòzen khá may mắn là đã bỏ chuyện giác ngộ mà trở thành một con người hoàn toàn giải thoát.

NỖI BĂN KHOĂN
CỦA NGƯỜI THỢ ĐÚC

Một người cư sĩ hỏi: Con làm nghề thợ đúc để kiếm ăn. Mỗi khi con đúc ấm chén thì 10 cái lủng hết 8, thế nhưng con vá lại rồi đem bán, lại nói chúng hoàn toàn tốt. Điều này làm cho con rất ray rứt. Đây có phải là tội lỗi không?

Sư hỏi: Có phải ông là người duy nhất làm chuyện ấy không?

Ông ta trả lời: Dạ không! Tất cả thợ đúc đều làm y như vậy.

Sư hỏi: Ông bán hàng về đêm à?

Người ấy trả lời: Thưa thầy con bán giữa ban ngày ban mặt.

Sư nói: Những người mua hàng của ông vẫn mở con mắt ra mà mua. Nếu ông bán hàng về đêm để lừa người ta, của xấu bảo là của tốt, thì mới là tội lỗi. Nhưng vì việc mua bán xảy ra giữa thanh thiên bạch nhật, những người mua đáng lẽ biết đồ xấu thì không nên mua. Ông không cần phải tự bắt tội mình về việc ấy.

THẦY TRỤ TRÌ TỨC GIẬN

Trong một kỳ kiết thất vào mùa đông ở chùa Sanyùji tại Bizen (một tỉnh ngày xưa, bây giờ thuộc vùng Okayama. ND.), cư sĩ và tăng sĩ ở Bizen và Bitchù tụ họp rất đông vào những ngày Sư ra giảng pháp. Trong vùng lân cận ở Bitchù có ngôi chùa lớn thuộc tông Pháp hoa (Nhật liên tông), vị trụ trì là một học giả đa văn được các cư sĩ trong vùng rất kính nể. Bấy giờ tất cả những cư sĩ này đều đi đến Sư để nghe pháp.

Vị trụ trì đầy phẫn uất bảo hội chúng của ông: Ta nghe lão Bankei ấy là một kẻ thất học. Ta sẽ đến nêu một lời chất vấn cho ông ta phải câm miệng. Nói xong, một ngày kia vị trụ trì đi đến Sư. Ông đứng cuối giảng đường trong lúc Sư đang giảng và la lên: Tất cả mọi người nơi đây ai cũng chấp nhận và tin lời ông. Nhưng một người tầm cỡ như tôi không thể chấp nhận những gì ông nói. Khi một người không chấp nhận lời nói của ông, thì làm sao ông cứu độ người ấy?

Sư đưa quạt lên nói: Mời lên đây!

Vị trụ trì bước lên.

Sư nói: Lại gần hơn chút nữa!

Vị trụ trì bước thêm vài bước.

Sư nói: Thật là ông đã khéo chấp nhận tất cả những lời tôi nói!

Vị trụ trì hổ thẹn rút lui không nói gì.

KHI TÔI MỚI BẮT ĐẦU CUỘC TÌM KIẾM

Một lần Sư bảo: Khi khởi sự đi tìm giác ngộ, tôi không thể tìm được một bậc thầy tốt, nên hậu quả là tôi trải qua đủ thứ khổ hạnh, đổ hết máu trong tim tôi ra. Một đôi khi tôi bỏ tất cả mọi người mà đi sống độc cư trong rừng núi; khi thì tôi chế ra một cái mùng bằng giấy ngồi vào trong để hành thiền; khi thì tôi đóng hết cửa sổ mà thiền định trong phòng tối. Tôi không cho phép mình nằm xuống nghỉ mà ngồi kiết già cho đến khi hai bắp vế tôi sưng vù đau đớn, dấu vết những cơn đau vẫn còn nơi tôi mãi. Đồng thời mỗi khi tình cờ nghe có một thiền sư sắp đến nơi nào đó thì tôi liền đi ngay đến gặp ông ta. Tôi đã sống nhiều năm như thế, và có thể nói là trong xứ Nhật bản này ít có nơi nào mà tôi chưa đặt chân đến. Giai do [9] là vì tôi không gặp được bậc thầy đã giác ngộ. Khi tôi

287

đạt ngộ, tôi mới có thể tìm thấy an ổn, và lần đầu tiên tôi nhận ra rằng trong bao nhiêu năm tôi đã phấn đấu một cách vô ích. Tôi muốn bảo với tất cả quý vị rằng không cần phấn đấu, quý vị vẫn có thể đạt được toàn giác ngay tại chỗ; thế nhưng quý vị sẽ không tin tôi, bởi vì quý vị chưa thực sự nghiêm túc học Pháp.

KHÁC NHAU TRỜI VỰC

Vào một dịp khác, Sư bảo: Về cái chân lý mà tôi đã tìm ra năm tôi 26 tuổi khi nhập thất trong làng Nonaka - chân lý mà tôi đã tìm đến thiền sư Dosha để được ấn chứng - cái thấy lúc ấy với bây giờ không có chút gì khác nhau. Tuy nhiên, nói về sự thâm nhập Phật pháp với pháp nhãn hoàn toàn trong sáng và giải thoát tuyệt đối, thì từ ngày tôi gặp Dosha đến nay thực khác nhau một trời một vực. Tất cả quý vị hãy tin rằng điều này có thể xảy ra, và hãy đợi đến cái ngày quý vị hoàn toàn chứng được pháp nhãn.

Có người hỏi: Có phải pháp nhãn hoàn toàn trong sáng cần phải có thời gian mới chứng được? Người ta chứng pháp nhãn ngay lập tức có được không?

Sư trả lời: Đương nhiên là cần một số lượng thời gian. Khi đã phát sinh con mắt Pháp trong suốt không chút tì vết (pháp nhãn ly trần vô cấu) là bạn đã chứng ngộ một cách toàn vẹn. Và việc chứng ngộ của bạn tùy thuộc vào sự tu tập một cách nghiêm túc và nhất tâm.

HÃY COI CHỪNG
NƠI BẠN ĐI

Khi tôi (tức Sonin đệ tử thừa kế của Bankei) mới gặp Sư lần đầu, tôi thọ giáo với Ngài nhưng vì không có được sự thấu hiểu sâu xa, tôi đã nói: Những gì thầy dạy là cảnh giới của bậc thầy. Nhưng với một kẻ như con chưa từng chứng ngộ, con nghĩ rằng thật khó mà với tới cảnh giới bậc thầy.

Sư đã bảo tôi: Nếu ông muốn chân lý, ông phải làm như tôi nói. Những người học đạo trước hết phải cẩn thận xem chừng mình đang đi ở đâu. Ví dụ, nếu một người muốn đi Edo và được người ta chỉ cho phải đi về phía đông. Nếu anh ta đi đúng hướng thì cứ mỗi dặm đường là tiến gần đến đích một dặm; nhưng nếu anh ta lầm đi sang phía tây, thì càng đi nhanh càng xa với mục tiêu của mình.

BẰNG CHỨNG

Có lần tôi hỏi Sư: Trong việc học đạo, có cần đọc kinh Phật và ngữ lục của các vị tổ không?

Sư trả lời: Cũng còn tùy. Nếu ông đọc kinh điển và ngữ lục mà ông hoàn toàn lệ thuộc vào những nguyên tắc trong đó, tức là ông tự bịt mắt mình lại. Ngược lại, khi ông đủ trình độ để bất chấp nguyên tắc mà đọc những thứ ấy, thì ông sẽ tìm ra bằng cứ cho sự chứng ngộ của mình.

CHÂN THẬT CHẤP NHẬN

Một lần tôi hỏi Sư: Con luôn luôn bị khổ vì những thói quen xấu. Con có thể chấm dứt chúng bằng cách luôn luôn đề phòng hay không?

Sư hỏi: Nếu ông nhận ra rằng từ khởi thủy, không có thói quen xấu, thì có gì để chấm dứt?

Tôi trả lời: Con công nhận rằng khởi thủy không có thói quen xấu, con không nghi ngờ gì về điều ấy. Nhưng thỉnh thoảng những thói quen xấu của con lại xuất hiện, và khi con đề phòng chúng thì chúng không xuất hiện. Bởi thế mặc dù con hoàn toàn công nhận sự thật là, từ đầu thói xấu không hiện hữu, nhưng riêng về chuyện tu hành hằng ngày của con, thì có phải tốt nhất nên để phòng?

Sư nói: Đó không phải là chân thật công nhận.

Bây giờ từ khi khắc cốt ghi tâm những lời dạy từ bi của bậc thầy, tôi đã thực chứng một cách rốt ráo thực tướng của chân lý.

BỆNH CŨ CỦA TÔI

Vào một dịp khác tôi hỏi: Từ lúc mới sinh, con đã bị những cơn đau thắt ghê gớm trong bụng, mỗi lần như vậy con phải hoàn toàn nhịn ăn trong nhiều ngày, bị nhức đầu kinh khủng và cảm thấy đau đớn tới độ muốn đưa tay lên mà sửa cái gối cũng không thể được. Bình thường khi đang khỏe thì con hết sức dũng mãnh tinh tấn, sẵn sàng vì Pháp mà hy sinh mạng sống và tay chân. Nhưng vào những lúc cơn đau vừa nổi lên, là con hoàn toàn bất lực. Khi cơn đau đến tột đỉnh thì con yếu hơn bao giờ cả. Dường như là tinh thần dũng mãnh thường lệ của con bị ngọn gió bệnh làm cho điêu đứng. Con vô cùng buồn khổ vì chuyện này.

Sư hỏi: Một khi ông lành mạnh trở lại thì thế nào?

Tôi trả lời: Khi con mạnh trở lại thì mọi sự lại trở lại như thường.

Sư bảo: Thế thì tốt.

Từ đấy về sau vào mọi lúc, tôi luôn luôn giống như bây giờ, vượt ngoài phân biệt, hoàn toàn tự do thoải mái, không một chút gắng gượng.

BẢY PHẦN MƯỜI

Một lần tôi hỏi Sư: Con đã theo thầy khá lâu, và được may mắn hầu cận bên thầy trong nhiều năm làm thị giả. Về những điều cốt yếu trong giáo lý thầy, con không có một chút hoài nghi nào cả. Tuy nhiên điều con nhận thấy tuyệt vời khi gần Ngài là: Con càng vào sâu, thầy càng trở nên rắn chắc, con càng ngước lên cao mà nhìn, thì thầy càng bay cao hơn. Bởi thế con không ngừng "thở ra mà thán phục." (lời Nhan Uyên ca tụng đức Khổng tử, thầy mình) Thầy đáp ứng những nhu cầu của người học một cách lưu loát vô giới hạn đến nỗi trải qua bao nhiêu ngày tháng cũng không ai địch nổi. Làm sao chúng con cũng có thể đạt đến sự toàn hảo ấy?

Sư bảo: Những thiền sinh thường trong 10 điều có thể nắm được 7, 8 điều, nhưng không thể vượt qua được 2 hay 3 điều còn lại.

Tôi nói: Có cách nào để vượt qua không?

Sư đáp: Không cách nào để vượt qua.

Tôi hỏi: Lỗi nằm ở đâu?

Sư im lặng một lúc rồi trả lời: Nói cho cùng, thì chính là vì lòng khát khao đạt đến chân lý còn yếu.

VỊ TĂNG ZESHIN

Vị Tăng Zeshin (pháp danh cũ của một đệ tử của Bankei là Daien Ryoko, 1624-1706) nhập thất nhiều năm trên núi Yoshino, chuyên tâm thực hành thiền định cho đến một ngày kia ông ta thình lình tỉnh dậy và quên hết mọi sự ông đã biết. Trong một ngôi chùa lân cận có một thượng tọa thuộc phái Tào động, Zeshin đi đến trình bày kiến giải của mình để xin vị này xác chứng. Vị thượng tọa nói: "Hiện tại thiền sư Bankei là một bậc thầy đã đắc đạo. Ông hãy đến nơi ông ta ".

Zeshin bèn đi ngay đến chùa Jizòji ở Kyoto. Lúc ấy, Sư đang nhập thất nên không ai tiếp Zeshin. Tuy thế mỗi ngày ông ta cứ đến ngồi thiền ngoài cổng chùa, đến tối lại trở về nhà trọ ở Kyoto. Khi thấy suốt 13 ngày liền, vị tăng cứ sớm đi tối về như vậy, người chủ quán trọ hỏi, ông trình bày mọi sự. Người chủ quán liền hướng dẫn ông đến thiền sư Dokusho ở Saga. Zeshin đi đến Dokusho trình kiến giải. Dokusho nói: "Hãy cẩn thận giữ gìn điều ông đã chứng! "

Ngay hôm ấy vị tăng Zeshin trở về Yoshino. Nhiều tháng sau ông quyết định lên đường đi gặp Bankei ở Jisòji. Trên đường đi, ông nghe tin ngài đang ở Edo, bởi thế ông đi thẳng đến chùa Korinji. Sư tiếp ông ta ngay, và Zeshin trình bày kiến giải. Sư bảo: "Cái tuyệt đối!"

Zeshin không hiểu, cúi thấp mình lễ lạy rồi thưa: "Thật có cái tuyệt đối không?"

Sư trả lời: "Ông không biết cách xử dụng nó."

Một lần nữa Zeshin lại không hiểu, cúi lạy 3 lần, rồi hỏi: "Làm cách nào để xử dụng nó?"

Ngay lúc ấy trong vườn một con chim họa mi cất tiếng hót. Sư nói: "Khi chim họa mi hót, ta cứ nghe."

Zeshin mừng rỡ cúi lạy 3 lần.

Sư bảo ông ta: "Từ đây trở đi, đừng bao giờ mở miệng khi không cần thiết."

Cuối kỳ kiết thất mùa hạ, Sư trở về Long môn tự, có Zeshin theo về. Nhiều ngày sau, trong một lễ tiếp đón các môn sinh mới, Zeshin tiến lên trình diện nhưng Sư tảng lờ ông ta. Suốt trong 3 ngày Sư đều đi ra và Zeshin đều đến trình diện, nhưng Sư không nói lời nào.

Khi mọi người đã tản mác, Sư quay lại bảo Zeshin: "Ông may mắn đấy. Nếu không gặp tôi, ông đã trở thành một yêu tinh khoác lác!" Khi ấy Zeshin xin được thâu nhận vào tu viện và theo yêu cầu ông ta, Sư đã đặt lại tên Ryoko. Về sau theo yêu cầu của đại chúng, ông nhận tên Daien.

NGHI NGỜ

Trong kỳ đại kiết thất tại Long môn tự, xảy ra vụ mất tiền trong liêu chúng. Khi Sư thăng tòa, một vị tăng tiến lên thưa: "Con tên là ...hiện tu ở chùa... thuộc tỉnh...Tu sĩ nằm cạnh con bị mất tiền đi đường và nghi con lấy, vì con ở kế bên. Người ta đồn đãi chuyện này khắp giảng đường, bởi thế con xin Ngài ra lệnh cho kiểm tra hành lý.

Sư hỏi: Ông có lấy cắp cái gì không?

Vị tăng trả lời: Bạch thầy, tại một hội chúng tu hành thanh tịnh như thế này, ngay cả trong tâm con cũng không bao giờ nghĩ đến một hành vi xấu xa như thế.

Sư bảo ông ta: Thế là được rồi, không sao cả.

Vị tăng nói: Dạ đúng thế, nhưng trong hội chúng này, nhiều tăng sĩ quy tụ về từ khắp nơi của Nhật bản, con lo rằng nếu không có sự kiểm tra, thì con sẽ mang tiếng xấu khắp nơi trong nước. Cúi xin Ngài từ bi thấu hiểu cho con.

Sư nói: Nếu có một cuộc kiểm tra, người phạm tội sẽ phải xuất đầu lộ diện thì điều đó có hay ho gì không?

Vị tăng tỉnh ngộ, tuyên bố: Quả thực, chính con là người đáng xấu hổ nhất, vì vẫn chấp ngã kiêu căng sau khi đã được nghe giáo lý tuyệt diệu của Ngài.

Ông khóc những giọt nước mắt đầy tri ân và rút lui.

ĐỐI XỬ VỚI KẺ HƯ

Khi Sư nhập thất ở chùa Jizoji, vị tăng tri sự ở chùa Long môn phái tăng sĩ Tenkyu đến vấn an Ngài và trình bày: Tại chùa Long môn có một số tăng bê trễ phận sự, hành vi thô tháo, xáo trộn quy củ thiền môn. Chúng con nghĩ nên gởi họ đi đến các chùa khác họa may họ có thay đổi. Kính mong được tôn ý của Ngài.

Khi Tenkyu nói xong, Sư triệu tập Shùin, Sokako và tôi (Shonin).

Ngài nhắc lại cho chúng tôi nghe những lời Tenkyu vừa nói, và bảo: Một thiền viện được lập ra cốt là để quy tụ những bọn xấu xa như bọn ấy, chinh phục chúng bằng sự tiếp xúc thân mật để làm chúng trở thành người tốt. Thế mà các ông hoàn toàn thiếu từ bi, các ông muốn tẩy những bọn tội phạm đi nơi khác để cho chúng đi gây rối chỗ khác! Một người như thế có xứng đáng làm trụ trì một thiền viện không? Khi một người không có tâm từ bi quảng đại mà làm trụ trì chùa tôi, đó là bắt đầu thời suy tàn của giáo lý tôi dạy.

Sau lần quở trách nghiêm khắc ấy, tất cả mọi người gồm trụ trì, chức sự trong chùa cũng như các thị giả không ai còn dám phàn nàn gì với Sư về hành vi các tu sĩ.

GIẤY TỜ THẤT LẠC

Khi Sư ở Aboshi, có lần bị lạc mất một giấy tờ mà Sư cần. Những thị giả tìm kiếm khắp nơi nhưng không tìm được. Về sau cuối cùng họ khám phá ra nó ở đâu. Sư quở trách họ: "Nếu ngay từ đầu các ông đã quyết định tìm cho được dù phải giật sập ngôi nhà, thì nó đã phải lòi ra. Nhưng chính vì các ông không tìm cho hết lòng hết dạ nên không biết chỗ của nó. Tờ giấy này không có gì quan trọng, tôi bảo các ông tìm chính là để đào luyện nơi các ông cái thái độ quyết tâm mà ông phải mang suốt đời. Với một tâm trạng lừng khừng như thế các ông sẽ không thành được dù chỉ một nửa con người."

Về sau, lúc ở Oshiken, Sư chuẩn bị ghi một pháp danh nào đó nhưng quản bút bị thất lạc. Những thị giả tìm khắp nơi không có, và một lần nữa Ngài cũng quở trách như trên.

THƠ HOA NGỮ

Dạy chúng

Săn đuổi danh từ chữ nghĩa bao giờ xong?
Mệt nhoài theo tri thức, thành đa văn
Tự tính rỗng chiếu , hãy để mọi sự tự xếp đặt
Không có gì khác để tôi truyền cho các ông.

Ngẫu hứng

Chê không giận, khen không mừng,
Một khối ngu lớn trong vũ trụ
Tùy duyên đi khắp nam bắc đông tây
Không giấu sự xấu vụng của tôi giữa trời đất.
Chỉ giáo cho một nhà nho
Nó trải khắp quá khứ hiện tại, bao trùm vũ trụ
Nhìn không thấy, nhưng gọi nó sẽ trả lời
Một cây đàn không dây, bản nhạc vô thanh
Không liên can gì đến tăng hay tục.

Năm mới

Có gì quan trọng năm mới hay năm cũ?
Tôi duỗi chân nằm ngủ an nhiên
Chớ bảo sao thầy không giảng dạy
Đó đây tiếng họa mi hót: tối thượng thiền!
Dạy cho một nho sinh
Đại đạo không phân biệt nhập thế siêu thế

Phật Khổng ở tận nguồn không khác nhau
Khi trực nhập, vượt ngoài văn tự
Thì gió mát thổi trên mỗi bước ta đi

Dạy chúng

Tâm tùy duyên nhưng không sinh không diệt
Cổ đức thường ca tụng đây là tọa thiền
Người ngu ngồi mòn tọa cụ chờ giác ngộ
Thì cũng như mài gạch muốn thành gương.

Chỉ giáo về thuật ném lao cho cư sĩ Gessò

Đại dụng không có quy luật cố định
Ứng xử tùy hoàn cảnh,
không sớm không muộn
Ném tới, rút về, tiến và lùi -
tất cả xảy ra ngoài tư tưởng
Khi bạn hòa hợp với TÂM,
thì tay chân tự vận hành.

THƠ NHẬT NGỮ

Bài thuyết pháp của vật vô tình

Mùa xuân hoa đào nở
Mùa thu có lá rơi
Cảnh sắc tự nhiên của trời đất
Tất cả đều là ngữ ngôn của diệu pháp

Ngẫu hứng

Thiện thật kinh khủng
Ác cũng kinh khủng
Sự vật và biến cố
Chỉ là do duyên sinh
Thiền thất của tôi

(*Bài thơ này có lẽ được sáng tác vào lúc Sư 13-14 tuổi, thời gian bị anh đuổi ra khỏi nhà vì tội hay trốn học. Cuối cùng một người bạn cũ của gia đình, làm lý trưởng khu làng lận cận, thấy tình cảnh Sư nên đã xây cho Sư một cái chòi trên đỉnh núi để nhập thất. Thiền thất này ngự trị trên một quang cảnh kỳ bí của vùng biển nội địa và quần đảo Ejima đối diện bờ biển.*)

Khi tôi nhìn xung quanh
Sương mù đã phủ
Qua những lớp sương dày
Hoặc qua làn sương mỏng
Mùa xuân ló dạng trên quần đảo Ejima
Bài ca về tâm bản nhiên

(Dường như Bankei đã sáng tác loạt bài thơ này vào năm 1653 khi Ngài đang nhập thất trong núi Yoshino. Có nhiều cách xếp đặt khác nhau về những đoạn trong đây, nên chúng ta không biết hình dạng bài thơ nguyên ủy như thế nào. Có chỗ cho rằng Bankei làm bài này để giảng dạy cho những trẻ làng. Lại có người giải thích rằng trong một kỳ hạn hán khắc nghiệt tại khu vực này, Bankei đã cùng với dân làng già trẻ hát lên những vần thơ này cùng với vũ điệu tại ngôi chùa ở địa phương. Kết quả một trận mưa trút xuống tràn trề, và từ đấy về sau, trong làng ấy, có truyền thống cử hành bài hát cầu mưa của Bankei. Vì lý do đó bài thơ này còn được gọi là "bài ca cầu mưa" hay là "bài vũ ca". Nhưng người ta không rõ vì sao đôi khi nó được gọi là "bài ca xay bột", một loại bài hát được hát lên trong lúc xay bột.)

Bất sinh bất diệt
Là cái bản tâm
Địa thủy hỏa phong
Chỗ đêm trú tạm
Vì vướng cái này
Một gian nhà lửa
Chính bạn châm ngòi
Đốt mình ra lửa
Hãy tìm trở lui
Về thời gian ấy

Khi bạn mới sinh
Nhớ được chút gì?
Hãy để tâm bạn
Như mới lọt lòng
Thì thân tâm này
Là một vị Phật
Tất cả ý nghĩ
Gì tốt gì xấu
Đều phát sinh từ
Cái ngã mà ra
Hỏa lò về đông
Thật là thú vị
Nhưng qua mùa hạ
Nóng bức làm sao
Ngọn gió mát mẻ
Mùa hè bạn yêu
Qua hết mùa thu
Nó thành nỗi khổ
Khi bạn có tiền
Bạn khinh kẻ nghèo
Bạn đã quên sao
Hàn vi thuở ấy?
Tiền bạn tích lũy
Với tâm tham lam
Bị quỷ đói giật
Bạn đâm kinh hoàng
Bỏ cả cuộc đời
Chạy theo tiền bạc
Đến khi nhắm mắt
Tiền của ích gì?
Tham lam chấp thủ

Tâm tôi toàn không
Nên thế gian này
Thuộc về tôi cả!
Bạn mong nhớ người yêu
Chỉ trong thời hiện tại
Nhưng lòng mong nhớ ấy
Có trước họ ra đời
Khi bạn nhớ người nào
Là bạn không thể quên
Nhưng không nhớ họ
Là chưa từng quên
Khi nhìn lại quá khứ
Thấy như một giấc mơ
Nhận thức được vậy rồi
Thấy mọi sự giả dối
Những người thấy đắng cay
Trong cuộc đời chìm nổi
Là tự làm khổ mình
Vì một giấc chiêm bao
Cuộc thế phù hư
Thảy đều không thật
Đừng đeo việc đời
Nào, ta múa hát!
Chỉ cái tâm bản lai
Trùm quá khứ vị lai
Đừng đeo đẳng vật gì
Hãy nên buông bỏ hết
Tâm không bám víu vật
Đời phù hư chấm dứt
Không còn một vật gì
Ấy nghĩa là Phật sống

Tâm quỷ trong bạn
Tự tác tự thọ
Nó hành hạ bạn
Thì chớ trách ai.
Khi bạn làm sai
Tâm bạn là quỷ
Ngoài ra không có
Quỷ nào ngoài tâm
Chán ghét địa ngục
Khao khát thiên đường
Là tự khổ mình
Trong thế giới vui
Tưởng rằng điều thiện
Nghĩa là ghét ác
Nhưng chính tâm ghét
Mới là không lành
Bạn cho rằng thiện
Nghĩa là làm lành
Nhưng thật xấu xa
Cái tâm nghĩ vậy!
Thiện cũng như ác
Vo tròn một khối
Gói vào giấy bao
Ném hết xuống hào
Diệu dụng thần thông
Toàn là không có
Đừng tìm kiếm gì
Kỳ quan nở rộ
Con ma lừa dối
Nó xúi giục ta
Nên xem là thực

Cuộc đời dối giả
Danh tài ăn ngủ...
Năm dục bén mùi
Thì ở trong đời
Chúng làm thầy tổ.
Ý niệm nên hư
Lúc đầu không có
Phấn đấu thị phi
Toàn do bản ngã
Khi đã học hành
Phật pháp rốt ráo
Bạn sẽ thấy mình
Chẳng có thêm chi
Giác ngộ và mê si
Lúc đầu không có gì
Toàn ý tưởng lượm lặt
Bẩm sinh nào có chi?
Nếu nảy ra ý tưởng
Rằng cái tâm giác ngộ
Chính là tâm của tôi
Thì càng thêm lôi thôi
Chẳng bận tâm chút nào
Ngộ hay là không ngộ
Tôi được cái kết quả
Sáng thức dậy khoái sao!
Cầu giải thoát sinh tử
Cho riêng bản thân mình
Là chỉ có chất chồng
Thêm kiêu căng chấp ngã
Nay tôi cũng chán luôn
Cả chuyện cầu giải thoát

Chỉ một việc thong dong
Để hơi thở ra vào
Chết đi rồi sống lại
Ngày và đêm trên đời
Nếu làm được như vậy
Nắm vũ trụ trong tay!
Tội nghiệp thay chư Phật:
Được trang sức cùng mình
Chắc các ngài cũng phải
Quáng mắt vì hào quang
Thật còn quá sớm
Để ta thành Phật
Hãy làm hộ pháp
Đứng gác cổng chùa!
Đi tìm tịnh độ
Cố được đền bù
Thì bạn chỉ thấy
Phật tổ cười cho
Từ lúc khởi thủy
Vốn không kẻ thù
Tự tạo kẻ thù
Tà chánh tranh nhau
Nhân quả rõ ràng
Vì mê không biết
Chính mình đã tạo
Đấy là ngã chấp
Tập quen thói đời
Thế giới phù du
Mê si như vậy
Chính mình thua đau!
Cái tâm vô vi

Bản lai bất sinh
Hữu vi không thực
Nên hết mê lầm
Năm tháng trôi qua
Tâm vẫn không già
Cái tâm như như
Lúc nào cũng vậy
Kỳ thay! Diệu thay!
Khi bạn tìm ra
Cái gì không già
Chỉ có tâm ta!
Cõi nước trong sạch
Trong tâm an bình
Không phải xa xôi
Cách hàng triệu dặm
Khi ai ném cho bạn
Một cái tách uống trà
Hãy khéo léo bắt lấy
Với tâm mềm như tơ.[*]

---

* Ở đây Bankei dường như nói với thính giả: "Tôi truyền cho các bạn giáo lý quý báu này, hãy nhận lấy, đừng bỏ lỡ cơ hội. Nó dễ vỡ như một cái tách quý hiếm, bởi thế hãy nhận nó với một cái tâm nhu nhuyến mềm mại. Nếu nhận bằng một tâm cứng cỏi thì nó sẽ vỡ tan tành."

NGÔN VÀ HÀNH
(Tài liệu linh tinh)

Tuổi thơ của Bankei

Khi bắt đầu đi học, Sư phải học các cổ thư của Khổng giáo ở chùa Dairakuji. Sư không thích học nên luôn luôn về nhà sớm. Bị anh la rầy nhiều lần nhưng chú bé vẫn không bỏ thói trốn học. Trên đường về nhà, chú bé phải qua sông Tibo. Người anh ra lệnh cho người chèo đò: "Nếu nó về sớm, đừng đưa nó qua sông bất cứ vì lý do gì." Một ngày kia chú bé lại bỏ học về sớm. Người chèo đò làm theo lệnh ông anh. Chú bé tuyên bố "ở dưới đáy sông chắc chắn là có đất cứng!" xong nhào xuống đáy, rồi nổi lên thở hào hển lội được qua bên kia bờ.

Một ngày kia sư tự bảo: "Ta không thích học cổ thư đạo Khổng, mà trở về nhà thì lại bị anh la rầy. Ta nên chết quách - sao ta còn bám víu đời sống này?" Nói xong ngài nuốt một thứ nhện độc mà người ta bảo là có thể làm chết người. Ngài nuốt vào một búng đầy miệng những con nhện độc ấy và vào trốn trong nghĩa địa, thản nhiên đợi cái chết. Tuy nhiên, sáng hôm sau ngài vẫn thấy mình còn sống.

Vào ngày mồng năm tháng năm, làng có tục lệ cho tất cả những bé trai trong làng chia thành hai đội dàn dọc theo hai bên sông để ném sỏi vào nhau xem bên nào thắng. Mỗi khi sư ở bên nào thì những đối thủ ở bên bờ kia phải chạy trốn. Sư không bao giờ rút lui khi chưa thắng trận.

Tượng Phật của vị trụ trì

Giảng đường chùa Long Môn tọa lạc bên phải cổng chùa. Vào thời đại Kanei, vị trụ trì ở chùa Saihòji gần đấy có một tượng Phật nhỏ do Kukai điêu khắc (một thiền sư nổi tiếng về hội họa và viết chữ. ND), pho tượng chỉ có 4 tấc Anh nhưng rất đẹp và có hồn. Bấy giờ sư chừng 14 tuổi, ao ước có được pho tượng mà vị trụ trì Juki rất quý, nhất định không chịu rời.

Một ngày kia chú bé nghĩ "nếu ta cầu nguyện, chắn chắn pho tượng sẽ đến nơi ta. Nếu sự cầu nguyện của ta không có hiệu nghiệm thì thế là đạo Phật không đáng tin, dù ta có chứng đạo cũng không ích gì." Chú bé để ra 30 ngày để cầu nguyện hết sức thành khẩn. Nhưng đến ngày thứ 29 vẫn chưa có kết quả. Chiều hôm ấy tình cờ một người bạn đến thăm. Trong câu chuyện chú bé giải thích lý do sự cầu nguyện của mình, và bảo bạn rằng không thể tin vào đạo Phật. Vừa nói xong thì thình lình vị trụ trì đến gõ cửa. Chú bé rất ngạc nhiên khi trông thấy ông. Sau khi chào hỏi, chú nói: "Vì sao thầy lại đến thăm con vào cái giờ khuya khoắt này?" Vị trụ trì nói: "Tôi giao cho cậu pho tượng quý này. Tự nhiên trong tâm tôi cảm thấy rất nôn nóng, nên quyết định đến đây ngay, không chờ đợi được!" Nói xong, ông rút từ trong áo ra pho tượng để tặng chú bé. Ngay trong tâm chú lúc ấy phát sinh một quyết định phi thường là mình phải trở thành tu sĩ.

Tại trạm đổi ngựa

Trong thời kỳ hành cước (tục lệ ngày xưa, các thiền sư đi khắp nơi để hỏi đạo các thiền sư khác - ND.) khi Sư đi qua trạm ngựa Mino chân đã mỏi, ngài thuê một con ngựa để cỡi, nhưng ngay khi đó có một xe hàng quý giá đi đến và người lái ngựa nổi lòng tham, bèn lôi sư xuống khỏi yên để chở số hàng quý giá mang đi. Sư ngồi kiết già dưới trạm ngựa, trông hơi rầu rĩ. Muốn an ủi sư, người phu trạm tiến lại hỏi "Thầy có giận không?" Sư trả lời "Vì việc lớn mong cầu giác ngộ mà tôi đã từ bỏ quê nhà, chống lại ước muốn của cha mẹ; thế mà nay tôi lại bất mãn vì chuyện nhỏ nhặt này! Tôi rất hối hận." Nói xong ngài đứng dậy bỏ đi. Và ngài thường bảo: "Từ lúc ấy trở đi tôi đã tuyệt gốc giận dữ."

Về sau khi sư ra giảng dạy, mỗi khi ngài đi qua trạm ấy, tất cả những người địa phương kéo đến thi lễ. Có một người tên Seishitchi dựng một gian chòi để dành cho sư. Mỗi khi sư đến, ông đem đồ cúng dường để chào đón. Ngày nay vẫn còn dấu tích.

Bankei suýt chết

Một lần khi hành cước, Sư qua sông ở thành phố Yamada ở Òmi. Không có hành khách nào khác trên thuyền. Người lái bèn ghé vào bờ và khởi sự chất lên thuyền những chồng củi. Thấy cử động của y có vẻ lén lút như một tên trộm, sư nói: "Có phải ông trộm củi đó không." Người lái thuyền lẩm bẩm: "Im đi!" Sư nói: "Nếu anh ăn trộm củi ấy thì hãy giết tôi trước. Tôi không thể để cho anh thành một kẻ trộm." Vừa nói ngài vừa ngăn người chèo đò và sẵn sàng chết nếu cần.

Mặc dù ngu dốt, người ấy cũng nhượng bộ lý trí và đẩy thuyền ra vì không thực hiện được ý định lấy trộm.

Giữa đám người ăn xin

Từ Kaga (ngày nay là quận Yshikawa) trở về, Sư đi qua Edo. Dừng lại ở Komagata (một khu vườn nổi tiếng thuộc phái Thiên thai ở Tokyo. Pho tượng chính ở đây là một Quan Âm có đầu ngựa. Câu chuyện này xảy ra lúc Bankei được 35 tuổi. Hồi ấy kẻ ăn xin và những người sống ngoài lề xã hội họp thành đoàn thể ở hai quận Asakusa và Shinagawa trong đô thị. Mỗi quận có một người cầm đầu đám này. Người này sẽ báo cáo cho người đầu đảng tất cả hành khất trong thành phố. ND), ngài hòa mình với những đám ăn mày, đào luyện giới và định để nuôi dưỡng trí giác ngộ. Bấy giờ trong lúc sĩ quan trông coi chuồng ngựa của lãnh chúa đang dẫn một con ngựa, nó bỗng bứt dây bỏ chạy. Con ngựa chạy khắp các đường phố, nhiều đám người chạy theo bắt lại nhưng không thành công. Khi thấy thế Sư nhận xét: "Lý do không giữ được con ngựa chỉ là vì người và ngựa rời nhau."

Viên sĩ quan về kể lại những lời ấy cho lãnh chúa nghe. Ông này nói: "Tôi nghe Yotaku (tức Bankei) đã đến vùng này. Còn ai khác ngoài ông ta có thể thốt ra những lời như thế." Vị lãnh chúa liền cho người đi thăm dò, và khi biết quả thật là Sư, ông liền thỉnh về, và dựng cho ngài một nơi ẩn cư tại đấy.

Những đồng tiền bị mất

Một thời, thiền sư Bankei sống hết sức chật vật ở Mino. Những dân làng xung quanh cảm động vì hoàn cảnh thiếu thốn của ngài đã đến giúp đỡ và tìm chỗ ở cho ngài. Khi khám phá túi tiền của ông bị mất 10 ryò (đơn vị tiền tệ đương thời) ông lý trưởng nghi ngay là Bankei lấy trộm [10]. Từ đấy sự giúp đỡ Sư dần dần giảm sút.

Một năm trôi qua, khi đến thăm nhà người con rể, ông lý trưởng mới biết một người đàn bà trong cơn tuyệt vọng đã lấy trộm số tiền nói trên. Ông liền cho gọi Bankei, giải thích những gì đã xảy ra, tỏ ý hối hận và xin lỗi. Bankei trầm tĩnh nói: "Tốt lắm, tốt lắm. Nhưng việc này không dính đến tôi, dù ông nghi tôi hay tôi bị nghi ngờ - ngay từ đầu đã không nghĩa lý gì. Toàn thể sự việc chỉ là do những ý tưởng khởi lên."

Nhà nho

Khi Sư viếng chùa Saniyùji ở Bijen, tất cả những nhà nho ở đấy chống Phật giáo nên ghét danh tiếng Sư, tìm cách hạ nhục. Họ đến tranh luận với ngài suốt gần 3 tháng.

Vào buổi thảo luận cuối cùng, Nakagawa người thủ lãnh trong đám nhà nho nói những người theo Phật Thích Ca là kẻ ăn bám.

Sư hỏi: Còn những người theo đạo Khổng thì thế nào?

Nakagawa trả lời: Giữ gìn trật tự trong vương quốc và bảo vệ quần chúng. (Trị quốc, bình thiên hạ.)

Sư bảo: Tôi nghe người nào muốn làm sáng cái đức sáng thì trước hết phải xếp đặt việc nhà (tề gia). Người nào muốn tề gia trước hết phải tu thân. Người nào muốn tu thân thì trước hết phải sửa tâm cho ngay thẳng (chánh tâm). Người nào muốn chánh tâm thì phải có ý định thành thực (thành ý). Thế mà về phần ông, ông muốn làm cho "thành thật" cái ý định gì, và với cái tâm nào ông làm việc đó?

Người kia không trả lời được. Sư cười lớn bảo: Nếu ông chưa hiểu được văn tự của bậc hiền nước Lỗ ở phương đông, thì làm sao ông có thể hiểu được ý nghĩa của Bồ Đề Đạt ma từ phương tây đến?

Nakagawa hoàn toàn bối rối, rút lui.

Từ đấy các nhà nho đem đệ tử đến học đạo với sư, lại còn theo sư tọa thiền.

Một trong những người này trình sư một bài kệ:

Con diều bay trên trời

Con cá lội dưới biển[**]

Thiền của tổ sư!

Sư nói: Thiền của ông thì sao?

Nhà nho không thể trả lời.

Vợ người nhà giàu

Vì những lý do nào đó, lúc nhỏ sư chấm dứt liên hệ với người anh Tadayasu. Tadayasu rất thân với ông nội tôi Sukeyasu, xem như ruột thịt. Sukeyasu xây một cái chòi trên núi, phía trên nhà chúng tôi, và mời ông đến ở. Tại đây sư đã có được một nơi để tu thiền. Sư đích thân viết tên am thất đặt ở lối vào. Hồi đó Sư là

[**] Câu mở đầu sách Trung dung của Khổng tử, ý chỉ mọi loài thích thú biểu hiện bản chất tự nhiên của chúng. ND

một người khách thường lui tới gia đình chúng tôi như người nhà. Sau khi ông xuất gia làm tăng, gia đình tôi cũng thường làm tiệc chay mời Sư đến.

Người vợ của một nhà giàu ở Ikaba thuộc tỉnh Shiso (nay là Yamasaki- ND) có thói tham lam tàn tệ và luôn luôn lợi dụng người khác. Tướng bà ta như một con quỷ dạ xoa; gia đình bà đều khiển trách bà về thói tham lam nhưng không làm bà lung lay. Cả nhà đều giục bà ta đi nghe Sư giảng, cuối cùng bà chịu đi Amosi.

Ngày hôm ấy Sư nhận lời mời dự tiệc chay tại gia đình chúng tôi, và khi xong tiệc ngài đã giảng một bài pháp cho tất cả mọi người. Người đàn bà này đến lắng nghe một cách cung kính. Gương mặt bà dần trở nên hiền dịu, thành một con người khác hẳn. Trước khi bài giảng kết thúc, bà ấy đã biến cải hoàn toàn. Mắt bà đẫm lệ, bà bày tỏ niềm hối hận và bao nhiêu tội lỗi của bà trong quá khứ đều tan ra như sương. Lập tức bà xin ghi danh vào chùa làm ni cô, và bà đã tu suốt những ngày còn lại của bà. Bà dựng một nơi ẩn cư đơn giản, cúng dường cho tăng ni, và luôn hoạt động cho đến ngày nay.

Ông bà tôi, vú nuôi tôi, đã chứng kiến tận mắt những điều này và thường lập lại với tôi không bao giờ chán. Họ bảo: "Phòng giảng của sư thì hẹp nhưng không khác gì cảnh thuyết pháp tại đỉnh núi Linh thứu ngày xưa."

Chó sói

Vào một buổi chiều khi Sư đi từ Shisò đến Abòsi, có một con chó sói đứng ngay giữa đường ngoác hàm ra chờ sư đến. Nhìn vào trong miệng con chó sói, sư thấy có một cái xương lớn chặn ngang cổ họng. Sư thò tay vào rút ra giúp nó. Hết sức mừng rỡ con chó sói ngoan ngoãn cụp tai vẫy đuôi và bỏ đi. Từ đấy về sau khi sư đi ngang qua con đường ấy, chó sói luôn đi ra hộ tống ngài...

Lời mời của người hầu

Khi ở Oju sư nhận lời mời của Phurioka, một nhân viên trong cửa hàng tạp hóa. Vào đúng ngày đã hẹn lại có một lời mời khác từ viên tỉnh trưởng. Sư từ chối vì đã hứa trước với nhân viên cửa hàng. Mọi người đều sợ phản ứng của vị tỉnh trưởng, nhưng Sư bảo: "Làm sao tôi có thể chia tâm tôi thành cao và thấp? Nhất là khi một tiểu viên chức đã mời tôi? Ông ta đã phải bận tâm về việc này, đích thân xem xét việc nấu nướng dọn dẹp và chuẩn bị. Ý định của ông ta biểu lộ sự tử tế sâu xa. Tỉnh trưởng thì có thể vừa ra lệnh là có ngay tức khắc, vậy tại sao phải mời đúng ngày hôm nay?"

Tỉnh trưởng vô cùng cảm động và thán phục khi nghe những lời ấy.

Thiên đường địa ngục

Một lần một vị tăng hỏi: Ngài thường dạy rằng thiên đường địa ngục, ngạ quỷ, atula, ... tất cả đều ở trong tâm không hiện hữu ở ngoài. Nhưng trong kinh đức Phật dạy rằng: Nếu đi về phương tây trải qua vô số cõi Phật sẽ có một miền gọi là Cực lạc do đức Phật A Di Đà biến hóa ra. Như vậy thì Phật nói dối sao?

Sư nói: Ai quyết định về phương hướng ấy?

Từ chính miệng ngươi

Một người đến hỏi về lời nói của cổ đức. Sư nói: "Hiểu được câu này lại thắc mắc về câu khác, cứ thế cho đến một triệu lời không bao giờ dứt. Nếu ông thực chứng những gì tôi nói thì từ chính miệng ông sẽ tuôn ra những lời, câu kỳ diệu. Ngoài ra, chữ nghĩa ấy có ích gì cho sự học đạo?"

Ngàn vị Phật

Sư viếng Katada và đến lễ nơi thờ một ngàn vị Phật. Những tượng Phật này do Hòa thượng Genshin Tịnh độ tông điêu khắc. Những người trong vùng ấy đều sống bằng nghề chài lưới. Khởi đầu Genshin dựng một tòa nhà và đặt vào đó một tượng Phật. Ngài dạy dân trong vùng ấy như sau: "Nếu miệng các người niệm Phật A di đà trong khi tay các người quăng lưới, thì chắc chắn các người sẽ được nhiều cá." Bây giờ, trải qua bao thế kỷ, sự việc vẫn không đổi khác, điều này đã biến thành tập tục của địa phương. Khi trở về Yamasina, sư nói: "Genshin quả có tâm bi mẫn của Bồ tát Nhất Xiển để. Thật đáng thán phục." Mọi người tán thán: "Sư quả thật là linh hồn anh em với hòa thượng Genshin sinh vào một thời đại khác!"

Tôi đã nghe ở Kawachi có 7 nghĩa địa do bồ tát Jioghi sáng lập. Khắp nơi bốn phía nghĩa trang ấy đều có những tảng đá khắc tên chư Phật và thần chú. Lời cuối cùng của Jioghi là: "Bất cứ người nào được chôn trong đất này dù đã phạm năm trọng tội và 10 bất thiện đều sẽ được sinh lên trời và thành Phật. Hành vi giác ngộ này, lòng từ bi vĩ đại này không khác gì của hòa thượng Genshin".

Bây giờ ta hãy nói đến những thiền sư giỏi thịnh hành ngày nay. Khi những vị này giảng, họ chê Phật mắng tổ, coi thường những giá trị ngày xưa. Rồi họ lợi dụng tình cảm của những người thế tục ngu dốt để đưa ra 8 địa ngục nóng, 8 địa ngục lạnh, gây sự kinh hoàng trong tâm họ. Hoặc là họ nói về chuyện lên trời và thành Phật, dụ dỗ những người nghe bằng những câu chuyện về phần thưởng của sự tích lũy công đức, hệt như một diễn viên vuốt ve trẻ nhỏ. Nhưng nếu chúng ta nhìn nhận cái gì thực sự đang ở trong tâm họ, thì chỉ là mong được lợi dưỡng danh tiếng cho bản thân. Nếu có ai nghi ngờ điều này, họ sẽ bảo: "Đấy là phương tiện để giảng dạy Phật Pháp." Sự thật là họ trở thành những người đưa đường xuống địa ngục, kéo theo quần chúng ngu dốt. Họ thật đáng thương!

Quà tặng

Sư muốn gởi một quà tặng 50 cây nến, bảo người ta gói vào trong một chiếc hộp. Cái hộp rất lớn nhưng khi sư mở ra thì thấy đáy hộp lót một lớp rơm khá dày. Ngài sai lấy hết rơm ra, đặt thêm 50 cây nến cho đầy hộp. Ngài dạy: "Quà tặng là để bày tỏ lòng thành. Nếu ham bày biện một cách huênh hoang trống rỗng, thích bề ngoài giả dối, đấy là hoàn toàn trái ngược với ý định của thầy tu già này. Từ đây về sau các ông không được làm như thế." Ngày nay khi dự tang lễ người ta thường chồng chất những lễ vật thật lớn thật cao mà lại độn rơm ở dưới đáy rồi trên đỉnh trang hoàng đầy bông hoa sặc sỡ và yêu cầu người chủ lễ đến xem. Khi tổ chức một tang lễ khác họ chỉ cứ việc đưa cùng một đồ cúng này ra bày biện, ngoài ra không cần thay đổi gì. Họ có thể tiếp tục như thế với trăm ngàn tang lễ khác cho đến khi những đồ cúng ấy thay đổi mầu sắc và tan rã.

Chỉ khi ấy họ mới thay cái mới.

Đức Khổng tử ghét những người làm bộ mặt đau khổ (mà thực sự trong lòng không có gì) nhưng chuyện này hiện nay lại càng tệ hơn, những tín đồ của Sư không bao giờ làm như thế. Theo thường lệ, dù vào ngày kỷ niệm chư Phật chư tổ hay vào dịp cúng giỗ người chết, mỗi khi dự lễ cúng, Sư luôn xem xét các thứ đựng đồ cúng trong buổi lễ có thực đầy ắp và tươi tốt không. Vào những dịp như thế, ngài không phân biệt thực phẩm dành cho người sống và đồ cúng cho người chết.

Đếm

Thị giả Jin hỏi: Ngày xưa khi thầy tọa thiền, thầy ngồi bao nhiêu cây hương?

Sư đáp: Khi ngồi suốt ngày, ta không đếm số những que hương. Ta chỉ xem một cây hương là một ngày, một cây hương là một đêm.

Vị thị giả vô cùng kinh ngạc.

Giảng dạy đặc biệt

Trong số những đệ tử của Sư có tăng sĩ tên Soen. Ông có tính giản dị chất phác, độc lập, chân thành, không ai có thể tìm thấy lỗi nào trong cách hành xử của ông. Trên chiến trường Pháp, Soen là một người anh hùng dũng cảm. Nhưng Sư luôn luôn khiển trách ông ta vì thói thẳng thừng dễ động chạm. Soen luôn xung phong về mọi sự, nhưng Sư thường rầy ông và đẩy ông trở lui; điều này chỉ làm cho Soen quyết định xông tới trước. Cuối cùng ông ta bị đuổi. Nhiều lần ông trở lại sám hối, và xin nhập chúng trở lại. Không ai hiểu được lý do hành động của sư, nhưng người ta nghĩ rằng có lẽ Sư muốn làm cho tính tình của Soen dịu bớt, đó là một cách giáo huấn đầy từ bi.

Trong kỳ đại kiết thất ở Long Môn tự, Soen bị ốm sắp chết. Sư thăm viếng ông tại nhà an dưỡng và thân mật bảo ông ta: "Này A xà lê, mỗi ngày ông sống là một ngày ông phải làm việc cho người khác."

Soen gật đầu và từ trần. Những người khác không bao giờ nhận chân được lòng từ bi bao la trong lời dạy của Sư.

Tích cực và tiêu cực

Một vị tăng thuộc phái Chân ngôn hỏi Sư: Theo trường phái của tôi, có hai cách thiền quán về cái bất sinh trong khi quán tưởng chữ A: Cách quán tích cực và cách quán tiêu cực. Có phải ngài dạy lối tích cực hay không?

Sư bảo: Đến đây.

Vị tăng đến gần.

Sư hét: Đây là phương pháp gì?

Vị tăng câm miệng. Toàn thể chúng hội ở đấy đều ngạc nhiên.

Lỗ mũi cư sĩ Jesso

Mỗi khi cư sĩ Jesso nổi giận thì nước mũi chảy. Có lần ông đến hỏi sư về điều này.

Sư bảo: "Nước mũi có khác gì nước mắt không?"

Từ đó về sau, cư sĩ ấy không còn để lộ ra ngoài sự mừng giận của mình.

Kẻ cắp

Trong đám đông người đến tham dự kỳ kiết thất có một vị tăng ở Mino nổi tiếng là kẻ cắp. Bất cứ đi đâu, ông cũng gây xáo trộn trong chúng. Trong vùng ấy có 7, 8 vị tăng biết rõ việc này, nên đã đến yêu cầu viên chức chính quyền địa phương: "Vị tăng này là một kẻ xấu, mọi người đều biết. Xin cho người nào đến lôi ông ta ra khỏi đại chúng để tiệt sự ác ngay trong mầm mộng." Viên chức nói lại cho Sekimon vị tăng tri sự và vị này đã chuyển lời nói của viên chức ấy đến tai Sư.

Sư nổi giận tuyên bố: "Vào thời gian tôi đang hướng dẫn một kỳ kiết thất - theo yêu cầu mọi người, ông biết tại sao tôi làm việc này không? Chính là để thay đổi thói tệ của những người xấu, khuyến khích đức hạnh của những người tốt, và để mọi người đều nhận ra được pháp thân của mình. Bây giờ mà ca tụng người ngay thẳng và chối bỏ người lạc hướng là chuyện hoàn toàn ngược lại với mục đích thực sự của tôi."

Sekimon không thể nói gì, đầy xấu hổ và ân hận. Lời ấy được bàn tán khắp trong đại hội, tất cả mọi người đều khóc vì xúc động trước lòng từ bi của Sư. Khi ấy vị tăng đương sự lên tiếng: "Hôm nay tôi đã thâm cảm lòng từ bi của một bậc đại sư! Từ đây cho đến mãi mãi về sau tôi sẽ cắt đứt mọi tư tưởng xấu và chuyên tâm đào luyện hành vi giác ngộ."

Từ đấy về sau bất kỳ đi đâu vị tăng ấy luôn luôn nổi tiếng về đức tinh tấn.

Với những bậc thầy dạy pháp ngày nay, khi có người học nào mà họ không ưa, họ sẽ gia công tìm lỗi để đuổi đi không cần thông báo, xem như kẻ thù tệ nhất dù cho đó là em ruột của họ! Ngược lại, nếu có người nào xem ra ích lợi cho họ lập được tài sản và danh tiếng, thì dù thuộc môn phái khác họ cũng ôm vào, tự khen mình là khôn khéo. Nếu không có tâm từ bi, người ta sẽ kiêu ngạo như một a tu la hay quỷ dạ xoa. Những điều như vậy cần phải tẩy trừ và xem là đáng ghét. Mặc dù đã trụ trì chùa Ryojan 20 năm nay, tôi chưa hề áp bức những người học, vì lời cảnh cáo của bậc thầy vẫn còn vang dội bên tai tôi...

Bankei và vị tăng hà tiện

Trong số những đệ tử của Sư có Tsuyò. Ông ta là người rất tỉ mỉ, để ý những việc vụn vặt, đi lượm thóc lúa đổ trong nhà xay và vớt lên những cọng rau xanh nào ông ta thấy trôi nổi trên giòng nước. Sư cấm ông ta làm việc ấy. Ông ta thường đi rảo khắp nhà kho và hành lang để tìm kiếm đồ đạc, không nơi nào mà ông không đi. Cuối cùng sư trục xuất ông ta. Tsuyò nhờ bạn là Tairyò (Tairyò Sokyò 1638-1688, đệ tử trưởng của Bankei. ND) can thiệp giùm và xin sám hối, song Sư vẫn không tha. Nhiều năm sau, cuối cùng Tsuyò mới được nhập chúng trở lại. Ông đến quỳ trước Sư. Sư mỉm cười bảo: "Đã lâu tôi không thấy ông. Ồ, ông đã già đi nhiều đấy!" Mọi người hết sức xúc động.

Nghĩ lại chúng ta có thể thấy rằng Sư chỉ muốn giáo dục Tsuyò vì những khuyết điểm của ông ta, nhưng chung quy lòng từ bi của Sư không bao giờ thay đổi.

Cái quạt của hiệp sĩ

Khi Sư ở chùa Korinji, một hiệp sĩ đến viếng. Đưa quạt lên ông ta nói: Vật này khi xuất hiện trong cõi hữu hình thì được gọi là một cái quạt; nhưng từ khởi thủy nó là phi hữu. Ngài có biết nó là vật gì vào cái lúc nó mới sinh ra chăng?

Sư nói: Tôi biết.

Hiệp sĩ hỏi: Ngài biết cái gì?

Sư bảo: "Tôi biết rằng tôi không biết."

Hiệp sĩ thở phào tán thán và tuyên bố: Chính đức Thánh cũng dạy rằng biết thì nói rằng biết, không biết thì nói rằng không biết, ấy gọi là biết vậy.(Một câu của Khổng tử dạy cho học trò ngài là Tử Lộ, 542-480 trước tây lịch. ND.)

Sư lắc đầu bảo: Hoàn toàn không phải thế.

Không quy luật

Vào một kỳ đại kiết thất ở chùa Long môn, có trên mười ngàn người tham dự. Mọi người bảo: "Trong kỳ hội này, chắc người ta sẽ phải lập ra những quy luật sách tấn mọi người khiến cho toàn thể phải sợ run!"

Nhưng sau đó chẳng có một bản quy luật nào được đặt ra, mà mọi người vẫn an tịnh.

Thỉnh thoảng Sư thăng pháp tòa bảo đại chúng: "Cái bất sinh có từ khởi thủy - tất cả mọi người hãy bảo đảm là quý vị không làm nó ẩn mất trong quý vị! Cái bất sinh ấy giống như một quả bóng lớn bằng lửa: động vào nó bạn sẽ bị đốt cháy. Tôi có thể nói với quý vị về nó ngay bây giờ, nhưng nói không hết lời; tôi có thể sử dụng nó, nhưng dùng không bao giờ hết. Với tôi, muốn sách tấn người khác mà la lối um sùm khiến cho họ sợ hãi phải tuân hành, thì chỉ là một sự lừa dối vô ích. Không bao giờ nên làm vậy."

Khi những người trong chúng hội nghe điều này, tất cả hoài nghi của họ điều tiêu tan.

Bảy cái tọa cụ của Chokei

Khi Sư ở chùa Phật môn thuộc quận Hirado, vị thiền sư trụ trì chùa Kòdaiji ở Nagasaki đến thăm Ngài. Trong buổi nói chuyện, vị trụ trì nhận xét: "Trong khi giảng dạy, Ngài chỉ giáo một cách rõ ràng trực tiếp, cắt đứt mọi quan điểm sai lầm và không bận tâm gì đến khổ hạnh trong việc tu tập. Tuy nhiên câu chuyện về vị Tăng Chokei (854-932, đi tu năm 13 tuổi, tham học rất nhiều nơi mà vẫn không giải nghi được. Sau nhiều năm nỗ lực ngồi mòn 7 tấm tọa cụ mà vẫn chưa ngộ, một hôm bất thần trong lúc cuốn rèm trúc, ông hoát nhiên đốn ngộ và kế thừa giáo pháp của thầy là Khuê Phong?, 822-908) với 7 tấm tọa cụ thì sao?

Sư nói: "Thượng tọa nhớ lầm rồi. Chokei trải qua 12 năm đi khắp nơi học đủ các bậc thầy, ngồi mòn 7 tấm tọa cụ, mà vẫn không phá được khối nghi. Bỗng một ngày kia, ông cuốn rèm trúc và hoát nhiên đốn ngộ. Lúc ấy ông đã làm bài thơ:

Kỳ thay, diệu thay!
Cuốn rèm lên tôi thấy cuộc đời.
Nếu ai hỏi tôi đã học được gì
Tôi sẽ tát phất trần vào miệng!

Thưa thượng tọa, xin Ngài hãy tham cứu về điều này thêm nữa!"

Vị trụ trì đầy thán phục, cúi đầu đồng ý.

Võ sư

Sư ở chùa Korinji. Khi Ngài thăng tòa, một võ sư tiến đến nói: Tôi đã học võ từ lâu. Một khi tôi muốn, tay tôi hoàn toàn ăn ý với đầu tôi, và khi gặp một đối thủ, tôi đâm trúng xương tủy của y ngay cả trước khi cầm kiếm. Việc ấy cũng như thầy có con mắt pháp.

Sư bảo ông ta: Bạn chắc chắn đã đạt đến tuyệt đỉnh về võ thuật. Nào, hãy tấn công tôi đi!

Hiệp sĩ chưng hửng.

Sư nói: Tôi đã ra một cú đấm rồi đấy.

Hiệp sĩ cúi đầu thán phục thốt lên: Tuyệt hảo! Sự tấn công của Ngài nhanh như chớp, xẹt qua như lửa bắn lên từ thuốc súng. Ngài đã vượt hơn tôi. Cúi xin Ngài giảng dạy cho tôi những yếu chỉ của thiền.

Càng ngày ông ta càng tăng thêm kính phục đối với bậc thầy.

Thường mỗi khi Sư đến Edo, nhiều hiệp sĩ thuộc nhiều kiếm phái khác nhau đến gặp Ngài. Tất cả đều nhận cú đánh độc nhất của Sư, và không ai là không kính trọng và thờ Sư làm thầy.

Chỗ của Nanryu

Khi Sư ở chùa Gyokuryjuji ở Mino, cư sĩ Nanryu thuộc Tào động tông cầm cái quạt chỉ vào chỗ ngồi của Sư mà hỏi: Thưa Ngài, làm sao Ngài lại lên chỗ này?

Sư nói: Thế thì chỗ này là chỗ gì?

Nanryu trả lời: Bất sinh bất diệt.

Sư nói: Anh đã sai lầm vướng vào danh từ chữ nghĩa.

Nanryu lên giọng nói lớn: Càng ngày càng già, chạy đông chạy tây, sao mà ông đi khắp nơi bỏ bùa cho nam nữ cư sĩ như thế?

Sư trả lời: Khi bạn sử dụng một con mắt xấu xa thì tất cả những gì bạn thấy đều xấu.

Nanryu bỏ đi, nhưng sau một lúc lại đến quỳ dưới chân Sư bày tỏ sự cám ơn sâu sắc.

Hào quang

Trong kỳ đại kiết thất ở chùa Long Môn, có một vị tăng bước ra nói: Tôi đang tụng chú Ánh Sáng. Tôi hành trì miên mật ngày đêm, nên thân tôi tỏa hào quang...

(CT. Có lẽ vị tăng này theo Chân ngôn tông. Sự hành trì thần chú Ánh sáng được xem là giúp cho hành giả được một vừng hào quang thần bí có năng lực trừ tà ma và các chướng ngại khác. ND)

Sư bảo: Hào quang của ông chỉ là ngọn lửa dục vọng xấu xa đang đốt cháy thân ông.

Vị tăng rút lui êm.

Như ông bây giờ

Khi Sư ở chùa Nyoroshi, Ngài dạy chúng: Tất cả các ông quả thật may mắn đã gặp được bậc thầy! Không cần phải đi mòn dép cỏ, phí sức theo đuổi hoa đốm giữa hư không, hay dấn mình vào những khổ hạnh đau đớn, các ông vẫn có thể đi thẳng vào chánh giáo. Thật là may mắn! Đừng phí thì giờ!

Một vị tăng hiện diện nói: Duy chỉ có điều này. Ví dụ một người muốn qua sông để ra khỏi thành phố, mà nếu không dùng một con thuyền, cũng không đi một bước nào, thì anh ta sẽ không bao giờ đạt đến đâu cả.

Sư nói: Cũng như ông đang ở đây lúc này, phải không? Không có cái sự đi đến đâu hay không đi đến đâu. Đây là ý nghĩa đốn giáo. Bạn do dự thì nó tuột mất; chần chờ thì nó càng ngày càng xa.

Thuốc của Settei

Trong kỳ kiết thất ở chùa Long Môn, có nhiều vị tăng bị ốm. Nhiều tu sĩ được phân công chăm sóc người bệnh, Settei đệ tử của Sư là điều dưỡng trưởng. Có người nói: "Mấy ông ấy chỉ là những kẻ làm biếng giả bộ ốm để được nghỉ. Đáng lẽ thầy nên trừng phạt họ và tống ra khỏi chùa!"

Settei nói: "Chính vì chán ngồi thiền mà họ đi đến nông nỗi này. Đây quả thật là một trọng bệnh, và tôi đang điều trị bằng thứ thuốc kiên nhẫn và từ bi. Nhờ cách ấy một ngày kia chắc chắn họ sẽ lấy lại sức khỏe."

Chọn cái tốt nhất

Khi Sư ở chùa Jizòji ở Yamashina, ngài bảo một vị tăng đi phố mua một ít giấy tốt. Vị tăng này có tính tình giống như Tử Cống đệ tử của đức Khổng, ông ta đắn đo cân nhắc nhiều thứ giấy khác nhau trước khi mua về. Sư bảo ông: "Không tốt." Và sai đi chọn nữa. Vị tăng vẫn chưa bỏ cái thói cò kè, và sau khi khó nhọc cân nhắc giá trị từng món, ông lại đi mua và trở về. Sư vẫn bảo ông: "Chưa được." Lần thứ ba cũng thế, vị tăng nhận ra lỗi lầm của mình và quỳ sám hối. Sư bảo: "Cái ông đem về lần đầu là tốt."

Câu hỏi của nhà nho

Một người theo đạo Khổng hỏi: Nếu tất cả mọi người trên thế giới theo Phật đi tu hết thì tôi e rằng nhân loại sẽ không tồn tại. Ngài nghĩ sao?

Sư nói: Chờ đến khi ấy tôi sẽ nói cho nghe.

Giấy lộn và giấy sạch

Vị tăng Rozan có thói hà tiện bẩm sinh. Mỗi khi lau những ngọn đèn dầu trong chùa ông thường dùng giấy loại. Trông thấy thế Sư bảo: "Tại sao ông không dùng giấy sạch?" Có lẽ Sư muốn sửa ông ta vì thói hà tiện. Từ đấy trong những tự viện do Rozan sáng lập, người ta vẫn dùng giấy sạch để lau đèn dầu...

Khi Sư viết chữ lớn, Ngài thường trải một tờ giấy sạch lót ở dưới cho mực khỏi thấm qua. Sau khi tờ giấy đã được sử dụng một lần, nếu có người nào muốn sử dụng nó một lần nữa, thì Sư không cho phép và bảo: "Đừng dùng lại, nếu không sẽ có người khác nữa cũng làm như thế."

Phương pháp tự nhiên của Bankei

Trong một kỳ kiết thất, có trên một ngàn ba trăm người tham dự, chưa kể tăng và tục từ ngoài đến chùa hàng ngày để nghe pháp. Những người tham dự chia nhau ở trong các phòng, nơi thì tọa thiền, nơi thì đọc tụng. Không cần lập ra quy luật, mỗi người theo đuổi hoạt động của mình một cách tự nhiên, tu tập một cách tinh cần và lặng lẽ đến nỗi dường như không có ai ở trong phòng.

Ngày nay, các thiền viện khắp nơi quy tụ năm ba trăm tu sĩ, đặt ra thời gian biểu cho đến từng phút, hạn chế khu vực lui tới, gần như trói tay chân người ta không khác gì ở tù. Nếu có ai phạm dù một lỗi nhỏ cũng bị đánh và ném ra khỏi chùa không bao giờ tha thứ. Sự rình rập và độc ác còn tồi tệ hơn những viên chức nhà nước! Mỗi khi xong các kỳ thất, có nhiều người ngã bệnh, nhiều người khác hoàn toàn suy kiệt. Thế là những mầm non chưa ra đã bị nổ tung, khiến cho cha mẹ và thầy đâm chán.

Đấy là hành động của những người tự xưng chuyên môn dạy thiền ngày nay. Than ôi! Những ông thầy theo phong trào ấy không thể vượt trên đám đông tầm thường, thật đáng thương. Người xưa dựng ra tấm ngăn là cái chết, mở ra cái hố để chôn sống những người học đạo thiền[***]. Tất cả những điều này ngày

---

[***] Từ ngữ này để diễn tả yêu cầu bức thiết của vị thầy đặt ra cho môn sinh, để họ phá trừ cái bản ngã mê vọng. Thiền sư Lin-chi nói: Ở các nơi khác, người ta hỏa táng người chết, nhưng tại đây tôi thiêu sống người. Ở Nhật,

xưa được làm là nhắm một mục tiêu đặc biệt, nhưng ngày nay người ta bắt chước một cách mù quáng, với hy vọng sai lầm là sẽ phát sinh cùng một hậu quả. Nếu một người thợ vụng cầm lấy cái cưa của người thời nhà Chu, thì tất nhiên nhiều người sẽ bị đứt mất chóp mũi! (Một chuyện trong chương 24 sách Trang tử. Trang tử kể, một người thợ hồ có chót mũi bị dính một mẩu hồ trát vách, bèn nhờ thợ mộc bạn gọt giùm vết hồ với cái bào của anh ta. Thợ mộc bào khéo tới nỗi chỉ để lại một vết trầy trên chót mũi thợ hồ. ND.)

Bài pháp ban đêm

Vào những năm giữa đời, khi Sư đang trú tại Chikurinken, Ngài giảng pháp về đêm cho hai, ba thiền sinh. Sau thời pháp, giữa cảnh vật hoàn toàn yên tĩnh, thình lình một con báo hoang từ sau gốc cây anh đào vọt ra cất tiếng kêu, làm các vị tăng giật mình. Sư cười lớn.

Gốc thông già

Sư định xây chùa Kaiganji trên một nền chùa bỏ hoang. Trong khi khai quang vùng đất, có một cây thông già nằm ở vị trí chướng ngại cho việc xây cất. Mọi người đều muốn đốn, nhưng Sư dạy: "Có thể xây chùa chỗ khác. Cây thông già này không dễ gì cao lớn xum xuê như thế này. Hãy để cho nó sống, đừng chặt!"

---

thiền sư phái Tào động Tsugen Jakyryo 1322-1391 tương truyền đã cho đào một cái hố ở lối vào thiền đường. Mỗi vị tăng nào xin gia nhập đều phải qua một cuộc sát hạch, ai không trả lời được sẽ bị ném xuống hố được mệnh danh là hố chôn sống người. ND)

Ôi! Ý nghĩa đích thực về lòng từ của Sư đối với một vật cũ kỹ, làm sao những vị tăng thông minh láu cá có thể hiểu được. Những cổ vật như những gốc thông già thường làm đẹp cảnh chùa. Tục ngữ có câu: "Cái đẹp của thiền viện là những vị sư già và những cây cổ thụ." Những thế hệ tu sĩ về sau nên rút bài học từ những hành vi của Sư để lấy đó làm gương.

Bankei và người mù

Ở Harima trong thành phố Himeji, có một người mù chỉ cần nghe giọng nói của người nào cũng đọc được những ý nghĩ thầm kín của họ. Một ngày kia, nghe một người vừa đi vừa hát ngang qua con đường gần đấy, ông ta nhận xét: "Không có đầu mà hát cũng khá đấy." Vợ ông và những người trong nhà đều bật cười: "Cái miệng nằm nơi cái đầu, ông nói sai rồi!"

Người mù bảo: "Hãy đợi chốc lát ."

Người vừa đi vừa hát kia bỗng trở lại. Thình lình có tiếng một cái đầu bị chặt đứt. Kẻ tấn công nói: "Ta muốn chém đầu nó từ trước, nhưng vì thấy nó đang đi có việc cho chủ, nên ta đã đợi."

Người mù ấy thường nói: "Mọi người, khi thốt lời ca tụng ai, tôi nghe trong giọng nói họ luôn có điệu buồn. Trong những lời chia buồn của họ, tôi lại luôn luôn nghe có âm hưởng niềm vui. Tất cả mọi người đều vậy. Thế nhưng khi tôi nghe giọng nói của Sư Bankei, thì âm hưởng không bao giờ thay đổi: đối với được hay mất, khen hay chê, cao hay thấp, trẻ hay già, luôn luôn chỉ là một giọng nói ấy, an tịnh và trầm tĩnh. Chắc chắn đây là con người đã giải thoát khỏi cái tâm phàm tình!"

Hachiroemon

Trong khoảng giữa đời Sư, tại làng quê của Ngài có một nông dân tên Hachiroemon sống giữa bụi trần. Ông ta thường đến chùa và đối với Sư rất thân mật. Những người trong làng coi thường ông vì ông có lối hành xử kỳ quái. Nhưng cái cách cư xử lạ lùng của ông đối với sư Bankei khiến họ hoàn toàn ngạc nhiên.

Một ngày nọ, Sư khởi hành xuống phố, và trên đường đi hai người gặp nhau. Hachiroemon nói: Thầy đi đâu vậy?

Sư đáp: Tôi đi xuống làng của anh.

Hachiroemon hỏi: Có phải Ngài đi mua thuốc đau bụng không?

Sư đáp: Đúng như thế.

Hachiroemon bèn chìa tay ra: Con xin thầy cho tiền đi mua thuốc.

Sư nhổ toẹt vào lòng tay ông ta. Cả hai cùng cười khoái trá rồi bỏ đi. Những cuộc trao đổi thông thường của họ đại loại là như thế. Không ai nói được Hachiroemon hiểu biết được bao nhiêu.

Khi người nông dân ấy sắp chết, anh ta gối đầu lên đùi Sư mà nói: Con đang chết trên chiến địa của Pháp, bởi thế chắc Ngài không có lời gì dành cho con.

Sư bảo ông ta: Chỉ cần giật xuống kẻ tự vệ.

Hachoromon hỏi: Xin Thầy làm chứng cho chỗ ngộ của con?

Sư trả lời: Tôi thấy không có gì sai.

Người vợ ông ta vừa khóc vừa nói: "Ông ôi, ông đã giác ngộ! Sao không lập tức cứu vớt sự vô minh khốn khổ của tôi?"

Người nông phu nói: Việc ấy đã tỏ bày trong tất cả mọi hành vi cử động của tôi. Nói hay im, động hay tĩnh, không lúc nào tôi không chỉ cho bà tinh túy của tâm này. Tôi có thể làm gì được nếu bà không hiểu?

GHI CHÚ CỦA DỊCH GIẢ PETER HASKEL
(TỪ NHẬT NGỮ RA ANH NGỮ)

Ngoài một số ít thư từ và vài bài thơ, suốt thời gian hoằng hóa, Bankei hầu như không viết lách bất cứ gì. Những Bài giảng được ghi lại đây hầu như là tài liệu duy nhất cho ta còn biết tí gì về thiền sư Bankei. Tuy vậy, các đệ tử đương thời cho biết ngài cấm môn đồ ghi chép những lời dạy của mình, do thế trong vô số bài giảng ngài đã dạy, chỉ một phần rất nhỏ còn tồn tại đến ngày nay. Những bài giảng này gồm chính yếu là hai loạt pháp thoại từ thập niên 1960, một vào đầu thu ở chùa Hòshinji tại Marugame, loạt bài kia giảng trong kỳ đại kết thất ở Long môn tự tại Aboshi quê hương ngài. Bởi thế, phần lớn những gì còn lại ngày nay cho chúng ta chỉ là một phần nhỏ những pháp thoại mà Bankei đã giảng trong vòng một năm vào cuối đời ngài.

Những pháp thoại này có nhiều bản ghi chép, nhưng chúng ta không biết tí gì về lai lịch người ghi và hoàn cảnh trong đó các bài giảng này được ghi chép. Chỉ trừ một trường hợp duy nhất là "Bản thảo Miura" người ghi là Miura Tokuzaemon, một hiệp sĩ hầu cận lãnh chúa xứ Marugame, một đệ tử và thí chủ của Bankei. Theo lời tựa bản thảo, Miura dự các buổi giảng của thiền sư ở chùa Hoshinji để hồi hướng công đức cho mẹ đang ốm nặng. Ông xin tạm ngưng các phận sự ở lâu đài vị lãnh chúa, và đến năn nỉ các sư trong chùa cho ông được ngồi một nơi gần bậc Thầy lúc ngài ban pháp thoại. Từ đấy ông đến chùa mỗi ngày để ghi các pháp thoại của Bankei đem về cho mẹ. Tựu trung, mặc dù có những sai biệt nhỏ giữa các bản thảo, tất cả những bài ghi chứng tỏ đã ghi chép nguyên lời văn của ngài lúc nói chuyện.

Những bài giảng này đã được xếp thành hai phần, theo các ấn bản (Nhật ngữ) Akao và Fujimoto, hai tài liệu mà bản dịch này căn cứ để dịch. Phần Một gồm hai đoạn, đoạn đầu ghi các bài giảng tại Long môn tự vào kỳ đại kết thất năm 1960, đoạn hai là những bài giảng ở Marugame cùng một năm ấy. Phần Hai gồm những tài liệu rút từ một bản thảo cất giữ tại chùa Futetsu gần Long môn tự, do Ryòun Jòkan, một nữ sĩ haiku ghi chép, bà này đã trở thành nữ đồ đệ chính của Bankei. Những bài giảng trong Phần Hai thường khác hẳn những bài giảng trong các bản thảo khác về Bankei, làm cho người ta có cảm tưởng chúng không được giảng trong cùng hoàn cảnh với những bài giảng trong phần Một. Nhưng cũng có thể những bài này thuộc vào loạt pháp thoại giảng ở Longmôn tự vào năm 1960. Trong nhật ký của bà, nữ sĩ

Jòkan ghi rằng Bankei đã giảng sáu mươi bài vào kỳ kết thất năm 1690, và lẽ tự nhiên là có thể nhiều người khác nhau đã ghi lại những pháp thoại được giảng vào những ngày khác nhau.

Lời lẽ trong các Bài giảng đều là văn nói, dùng nhiều địa phương ngữ tại nơi Bankei sinh sống. Bankei tránh những thuật ngữ Phật giáo, ngoại trừ những danh từ quen thuộc với các thính giả của ngài. Khi dịch những bài giảng ra Anh ngữ, tôi đã không cố ý gọt giũa cho trơn tru, vì muốn giữ nguyên ngữ khí của Bankei.

Vì ngại sách quá dày, tôi đã không cho in trọn bản dịch mà chỉ chọn những bài chính yếu trong hai Phần nói trên.

GHI CHÚ CỦA NGƯỜI CHUYỂN RA VIỆT NGỮ

(THÍCH NỮ TRÍ HẢI)

Dịch là phản, nhưng đồng thời dịch cũng là tái tạo. Tôi rất tri ân thiền sư Bankei, tri ân những người đã ghi lại những Bài giảng mặc dù ngài đã không cho phép làm như vậy, (vì nghe trực tiếp khác xa với nghe qua người khác, huống gì là ghi lại cho người đời sau. Ngài cấm là có lý, vì không thiếu gì những người ngộ nhận lời nói của các thiền sư). Tri ân dịch giả Peter Haskel, người đã "sống" với giáo lý Bankei trong mười năm để hoàn thành bản dịch Anh ngữ, và cám ơn Giáo sư Trần Ngọc Ninh, người đã gửi cho tôi tập sách.

Kính lạy thiền sư Bankei,

Đức Phật có dạy rằng giáo lý của Ngài như để hổ trên đỉnh núi

Tuyết, thực chất là vị cam lồ bất tử cho những ai nếm được. Nhưng khi người chăn bò đưa xuống đồng bằng để bán, thì vì qua tay quá nhiều người, từ một lít nguyên chất đã được pha thành ba thùng lớn, chỉ còn một phần ngàn, một phần triệu ý vị của nguyên chất. Tuy vậy, thứ để hồ đã pha loãng ấy cũng còn tốt hơn bất cứ dược phẩm nào khác để trị bệnh nan y. Giáo lý của ngài, Con người đã giác ngộ cũng thế, mặc dù qua bao nhiêu lần "tam sao thất bản" mà vì đây là lời nói của thực chứng, của tâm bồ để đầy đức từ bi, nên đối với hậu bối chúng con, vẫn còn mang khí vị hết sức đặc biệt. Xin ngài gia trì cho con, để bản dịch này không đi lạc quá xa với tôn ý, và ai đọc đến cũng được lợi lạc, từ nay trở đi không còn chuyển cái tâm Phật của mình thành ba độc tham sân si để phải chịu luân hồi sinh tử, lại còn phát tâm bồ để trở lại độ chúng sinh.

Con nguyện sẽ luôn luôn ghi khắc trong lòng những lời dạy của ngài đã trên ba thế kỷ mà vẫn còn rất gần gũi, vì Tâm Phật vốn Bất sinh...